Hương Vị Địa Trung Hải

Tổng Hợp Những Món Ăn Tuyệt Vời Từ Vùng Địa Trung Hải Cho Bữa Ăn Hằng Ngày

Minh Nguyễn

nội dung

cá vược trong túi 9
Pasta cá hồi hun khói sốt kem 11
Gà Hy Lạp nồi nấu chậm 13
con quay gà 15
Thịt gà nấu chậm 17
Gà tây nướng kiểu Hy Lạp 20
Couscos gà tỏi 22
gà karahi 24
Gà Cacciatore với Orzo 26
Provençal Daube nấu chậm 28
Gấu Bucco 30
Bourguignon thịt bò nấu chậm 32
thịt bê basamic 35
Bò nướng 37
Cơm và xúc xích Địa Trung Hải 39
thịt viên Tây Ban Nha 40
Súp lơ bít tết với sốt ô liu và cam quýt 42
Pasta sốt quả hồ trăn và bạc hà 44
Pasta sốt cà chua bi với sợi tóc thiên thần 46
Đậu hũ chiên cà chua khô 48
Tempeh Địa Trung Hải nướng với cà chua và tỏi 50
Nấm portobello nướng với cải xoăn và hành tím 53
Zucchini nhồi ricotta, húng quế và quả hồ trăn 57
Farro với cà chua chiên và nấm 59

Orzo chiên với cà tím, củ cải Thụy Sĩ và mozzarella 62
Risotto lúa mạch với cà chua 64
Đậu gà và cải xoăn sốt Pomodoro cay 66
Feta nướng với cải xoăn và sữa chua chanh 68
Cà tím chiên sốt cà chua 70
Falafel trượt 72
Portobello Caprese 74
Cà chua nhồi nấm và phô mai 76
Nhóm nó 78
Bông cải cay và tim atisô 80
Shakshuka 82
Tây Ban Nha 84
tagine 86
Quả hồ trăn và măng tây 88
Cà tím nhồi cà chua và mùi tây 90
xúp rau 92
nhà đá quý 94
bắp cải dồn thịt 96
Cải Brussels với men balsamic 98
Salad rau bina với dầu giấm cam quýt 100
Salad cần tây và cam đơn giản 101
cuộn cà tím chiên 103
Cơm gạo lứt rau củ nướng 105
Súp lơ với cà rốt băm nhỏ 107
Zucchini khối với tỏi và bạc hà 108
Zucchini và món atisô với faro 109
5 Nguyên liệu làm món bí ngòi rán 111

Tagine Ma-rốc với rau 113
Đậu xanh và salad bọc cần tây 115
Rau củ xiên nướng 116
Nhồi nấm Portobello với cà chua 118
Lá bồ công anh héo với hành ngọt 120
Cần tây và cải bẹ xanh 121
Trứng bác với rau và đậu phụ 121
mì gói đơn giản 124
Rau mầm đậu lăng và cà chua 125
Đĩa rau Địa Trung Hải 127
Rau củ nướng và sốt hummus 129
Đậu xanh Tây Ban Nha 131
Súp lơ mộc mạc và cà rốt băm 131
Súp lơ nướng và cà chua 132
Bí đỏ nướng 135
Rau mồng tơi nướng tỏi 137
Zucchini nướng với bạc hà tỏi 138
đậu bắp hấp 138
Ớt nhồi rau ngọt 139
Cà tím Mussaka 142
Rau nhồi lá nho 144
cuộn cà tím nướng 146
Bí ngòi rán giòn 148
bánh rau bina với phô mai 150
dưa chuột cắn 152
sữa chua nhúng 153
cà chua bruschetta 154

Cà chua nhồi ô liu và phô mai 156
sốt tiêu 157
rau mùi falafel 158
hummus ớt đỏ 160
nước đậu trắng 161
Hummus với thịt cừu băm 162
nhúng cà tím 163
rau xào 164
Thịt viên thịt cừu Bulgur 166
dưa chuột cẩn 168
quả bơ nhồi 169
mận đóng gói 170
Feta ướp và atisô 171
bánh mì cá ngừ 172
cá hồi xông khói 174
Ô liu ướp với trái cây họ cam quýt 175
Olive tapenade cá cơm 176
trứng quỷ Hy Lạp 178
Bánh quy La Mancha 180
Ngăn xếp Burrata Caprese 182
Bí ngòi chiên Ricotta với Aioli chanh tỏi 183
Dưa chuột nhồi cá hồi 185
Pate dê và pate cá thu 186
Hương vị của bom béo Địa Trung Hải 188
Gazpacho bơ 189
Chén salad bánh đa cua 191
Bao bì salad gà màu cam Tarragon 193

Nấm nhồi phô mai feta và hạt diêm mạch 195
Falafel năm thành phần sốt sữa chua tỏi 197
Tôm chanh với dầu ô liu tỏi 199
Đậu xanh chiên giòn sốt sữa chua chanh dây 201
Chip pita muối biển tự làm 203
Spanakopita chiên nhúng 204
Ngọc trai nướng mỡ hành 206
sốt ớt đỏ 208
Vỏ khoai tây kiểu Hy Lạp với ô liu và phô mai feta 210
Atisô và bánh mì pita ô liu 212

cá vược trong túi

Thời gian chuẩn bị: 10 phút.

thời gian để nấu ăn: 25 phút

Khẩu phần: 4

Độ khó: trung bình

Thành phần:

- 4 miếng phi lê cá vược
- 4 tép tỏi, thái lát
- 1 nhánh cần tây thái lát
- 1 quả bí xanh thái lát
- 1 C. cà chua bi cắt làm đôi
- 1 củ hẹ, thái lát
- 1 muỗng cà phê oregano khô
- tiêu muối

tiêu đề:

Trộn tỏi, cần tây, bí xanh, cà chua, hành lá và oregano trong một cái bát. Thêm muối và hạt tiêu cho vừa ăn. Lấy 4 miếng giấy nướng và đặt chúng lên bề mặt làm việc. Đặt hỗn hợp rau vào giữa mỗi chiếc lá.

Đặt một miếng phi lê cá lên trên, sau đó dùng giấy gói kín lại trông giống như một chiếc túi. Đặt cá đã bọc lên khay nướng và nướng trong lò nướng đã làm nóng trước ở nhiệt độ 350 F/176 C trong 15 phút. Cá được phục vụ ấm áp và tươi.

Dinh dưỡng (trên 100 gram): 149 calo 2,8 g chất béo 5,2 g carbs 25,2 g protein 696 mg natri

Pasta cá hồi hun khói sốt kem

Thời gian chuẩn bị: 5 phút.

thời gian để nấu ăn: 35 phút

Khẩu phần: 4

Độ khó: trung bình

Thành phần:

- 2 muỗng canh dầu ô liu
- 2 tép tỏi, thái nhỏ
- 1 củ hẹ băm nhỏ
- 4 oz. hoặc 113 g cá hồi xông khói băm nhỏ
- 1 C. đậu xanh
- 1 C. kem đặc
- tiêu muối
- 1 nhúm ớt mảnh
- 8 oz. hoặc 230 g mì ống penne
- 6c. Nước

tiêu đề:

Đặt chảo trên lửa vừa và cao và thêm dầu. Thêm tỏi và hẹ. Nấu trong 5 phút hoặc cho đến khi mềm. Thêm đậu Hà Lan, muối, hạt tiêu và ớt. Nấu trong 10 phút.

Thêm cá hồi và nấu thêm 5-7 phút nữa. Thêm kem, giảm nhiệt và nấu thêm 5 phút nữa.

Trong khi đó, bắc chảo với nước và muối vừa ăn trên lửa lớn, khi nước sôi, cho mì ống vào nấu trong 8-10 phút hoặc cho đến khi mềm. Lọc mì ống, thêm nước sốt cá hồi và phục vụ.

Dinh dưỡng (trên 100 gram): 393 calo 20,8 g chất béo 38 g carbs 3 g protein 836 mg natri

Gà Hy Lạp nồi nấu chậm

Thời gian chuẩn bị: 20 phút.

Thời gian nấu: 3 giờ.

Khẩu phần: 4

Độ khó: trung bình

Thành phần:

- 1 muỗng canh dầu ô liu nguyên chất
- 2 kg ức gà rút xương
- ½ muỗng cà phê muối kosher
- ¼ muỗng cà phê tiêu đen
- 1 lọ (12 ounces) ớt chuông đỏ nướng
- 1 chén ô liu Kalamata
- 1 củ hành đỏ vừa, thái hạt lựu
- 3 muỗng canh giấm rượu vang đỏ
- 1 muỗng canh tỏi băm
- 1 muỗng cà phê mật ong
- 1 muỗng cà phê oregano khô
- 1 muỗng cà phê cỏ xạ hương khô
- ½ chén phô mai feta (tùy chọn, để phục vụ)
- Các loại thảo mộc tươi xắt nhỏ - bất kỳ hỗn hợp húng quế, rau mùi tây hoặc cỏ xạ hương nào (tùy chọn, để phục vụ)

tiêu đề:

Phủ nồi nấu chậm bằng bình xịt nấu ăn hoặc dầu ô liu. Đun nóng dầu ô liu trong chảo lớn. Nêm cả hai mặt của ức gà. Khi dầu nóng, cho ức gà vào chiên vàng cả hai mặt (khoảng 3 phút).

Sau khi nấu chín, chuyển sang nồi nấu chậm. Thêm ớt chuông đỏ, ô liu và hành tím vào ức gà. Cố gắng đặt rau xung quanh gà và không đặt trực tiếp lên trên.

Trong một bát nhỏ, trộn giấm, tỏi, mật ong, lá oregano và cỏ xạ hương. Khi nó đã kết hợp với nhau, đổ nó lên gà. Đun nhỏ lửa gà trong 3 giờ hoặc cho đến khi phần giữa gà không còn màu hồng. Phục vụ với phô mai feta vụn và các loại thảo mộc tươi.

Dinh dưỡng (trên 100 gram): 399 calo 17 g chất béo 12 g carbs 50 g protein 793 mg natri

con quay gà

Thời gian chuẩn bị: 10 phút.

Thời gian nấu: 4 giờ.

Khẩu phần: 4

Độ khó: trung bình

Thành phần:

- 2 cân. ức gà không xương hoặc phi lê gà
- nước chanh
- 3 tép tỏi
- 2 muỗng cà phê giấm rượu vang đỏ
- 2-3 muỗng canh dầu ô liu
- ½ cốc sữa chua Hy Lạp
- 2 muỗng cà phê oregano khô
- 2-4 muỗng cà phê gia vị Hy Lạp
- ½ củ hành tím nhỏ, thái nhỏ
- 2 muỗng canh thì là
- Nước sốt Tzatziki
- 1 cốc sữa chua Hy Lạp tự nhiên
- 1 muỗng canh thì là
- 1 quả dưa chuột Anh nhỏ, xắt nhỏ
- một chút muối và hạt tiêu
- 1 muỗng cà phê bột hành
- <u>Đối với toppings:</u>

- Cà chua
- dưa chuột xắt nhỏ
- hành tím xắt nhỏ
- phô mai feta thái hạt lựu
- bánh mì pita vụn

tiêu đề:

Cắt ức gà thành khối và cho vào nồi nấu chậm. Thêm nước cốt chanh, tỏi, giấm, dầu ô liu, sữa chua Hy Lạp, lá oregano, gia vị Hy Lạp, hành tím và thì là vào nồi nấu chậm và khuấy đều.

Nấu ở nhiệt độ thấp trong 5-6 giờ hoặc ở nhiệt độ cao trong 2-3 giờ. Trong khi đó, thêm tất cả các nguyên liệu làm sốt tzatziki và trộn đều. Sau khi trộn đều, cho vào tủ lạnh cho đến khi gà mềm.

Khi gà đã chín, dùng với bánh mì pita và bất kỳ hoặc tất cả các thành phần được liệt kê ở trên.

Dinh dưỡng (trên 100 gram): 317 calo 7,4 g chất béo 36,1 g carbs 28,6 g protein 476 mg natri

Thịt gà nấu chậm

Thời gian chuẩn bị: 10 phút.

thời gian để nấu ăn: 20 phút

Khẩu phần: 16

Độ khó: trung bình

Thành phần:

- 1 chén đậu hải quân khô, ngâm
- 8 đùi gà không xương, không da
- 1 xúc xích Ba Lan, nấu chín và xắt nhỏ (tùy chọn)
- 1¼ chén nước ép cà chua
- 1 lon (28 oz.) cà chua, giảm một nửa
- 1 muỗng canh sốt Worrouershire
- 1 muỗng cà phê hạt nước dùng thịt bò hoặc gà ăn liền
- ½ muỗng cà phê húng quế khô
- ½ muỗng cà phê oregano khô
- ½ muỗng cà phê ớt bột
- ½ chén cần tây xắt nhỏ
- ½ chén cà rốt xắt nhỏ
- ½ chén hành tây xắt nhỏ

tiêu đề:

Phủ lên nồi nấu chậm bằng dầu ô liu hoặc bình xịt chống dính. Trong một cái bát, trộn nước ép cà chua, cà chua, sốt

Worrouershire, thịt bò, húng quế, lá oregano và ớt bột. Hãy chắc chắn rằng các thành phần được trộn đều.

Đặt gà và xúc xích vào nồi nấu chậm và đổ hỗn hợp nước ép cà chua. Đặt cần tây, cà rốt và hành tây lên trên. Nấu trên lửa nhỏ trong 10-12 giờ.

Dinh dưỡng (trên 100 gram): 244 calo 7g chất béo 25g carbs 21g

Gà nấu chậm Provencal

Thời gian chuẩn bị: 5 phút.

Thời gian nấu: 8 tiếng.

Khẩu phần: 4

Độ khó: Dễ

Thành phần:

- 4 nửa ức gà không xương, không da (6 ounces)
- 2 muỗng cà phê húng quế khô
- 1 muỗng cà phê cỏ xạ hương khô
- 1/8 muỗng cà phê muối
- 1/8 muỗng cà phê tiêu đen mới xay
- 1 quả ớt chuông vàng, thái hạt lựu
- 1 quả ớt đỏ, thái hạt lựu
- 1 lon (15,5 oz) đậu cannellini
- 1 lon (14,5 oz) cà chua non với húng quế, tỏi và oregano, để ráo nước

tiêu đề:

Chải nồi nấu chậm bằng dầu ô liu chống dính. Cho tất cả nguyên liệu vào nồi nấu chậm và trộn đều. Nấu trên lửa nhỏ trong 8 giờ.

Dinh dưỡng (trên 100 gram): 304 calo 4,5 g chất béo 27,3 g carbs 39,4 g protein 639 mg natri

Gà tây nướng kiểu Hy Lạp

Thời gian chuẩn bị: 20 phút.

thời gian để nấu ăn: 7:30 sáng

Khẩu phần: 8

Độ khó: trung bình

Thành phần:

- 1 (4 pound) ức gà tây không xương, thái lát
- ½ chén nước dùng gà, chia
- 2 thìa nước cốt chanh tươi
- 2 chén hành tây xắt nhỏ
- ½ chén ô liu Kalamata rỗ
- ½ chén cà chua khô ngâm trong dầu, thái lát mỏng
- 1 muỗng cà phê gia vị Hy Lạp
- ½ muỗng cà phê muối
- ¼ thìa cà phê tiêu đen mới xay
- 3 muỗng canh bột mì đa dụng (hoặc lúa mì nguyên cám)

tiêu đề:

Phủ nồi nấu chậm bằng bình xịt chống dính hoặc dầu ô liu. Thêm gà tây, ¼ chén nước dùng gà, nước cốt chanh, hành tây, ô liu, cà chua phơi nắng, gia vị Hy Lạp, muối và hạt tiêu vào nồi nấu chậm.

Nấu trên lửa nhỏ trong 7 giờ. Đổ bột vào ¼ cốc nước dùng gà còn lại, sau đó khuấy nhẹ vào nồi nấu chậm. Nấu thêm 30 phút nữa.

Dinh dưỡng (trên 100 gram): 341 calo 19 g chất béo 12 g carbs 36,4 g protein 639 mg natri

Couscos gà tỏi

Thời gian chuẩn bị: 25 phút.

Thời gian nấu: 7 giờ.

Khẩu phần: 4

Độ khó: trung bình

Thành phần:

- 1 con gà nguyên con, thái hạt lựu
- 1 muỗng canh dầu ô liu nguyên chất
- 6 tép tỏi, cắt làm đôi
- 1 chén rượu trắng khô
- 1 chén couscous
- ½ muỗng cà phê muối
- ½ thìa cà phê tiêu
- 1 củ hành vừa, thái nhỏ
- 2 muỗng cà phê cỏ xạ hương khô
- 1/3 chén bột mì nguyên cám

tiêu đề:

Đun nóng dầu ô liu trong chảo nặng. Khi chảo nóng, cho thịt gà vào chiên vàng. Đảm bảo các miếng thịt gà không chạm vào nhau. Nướng mặt da xuống trong khoảng 3 phút hoặc cho đến khi vàng nâu.

Phủ nồi nấu chậm của bạn bằng bình xịt chống dính hoặc dầu ô liu. Cho hành tây, tỏi và cỏ xạ hương vào nồi nấu chậm, rắc muối và tiêu. Thêm thịt gà lên trên hành tây.

Trong một bát riêng, trộn bột với rượu cho đến khi mịn, sau đó đổ lên gà. Đun nhỏ lửa trong 7 giờ hoặc cho đến khi hoàn thành. Bạn có thể nấu trong 3 giờ ở nhiệt độ cao. Dọn thịt gà lên trên món couscous đã nấu chín, sau đó rưới nước sốt lên trên.

Dinh dưỡng (trên 100 gram): 440 calo 17,5 g chất béo 14 g carbs 35,8 g protein 674 mg natri

gà karahi

Thời gian chuẩn bị: 5 phút.

Thời gian nấu: 5 giờ.

Khẩu phần: 4

Độ khó: Dễ

Thành phần:

- 2 cân. ức hoặc đùi gà
- ¼ chén dầu ô liu
- 1 lon sốt cà chua nhỏ
- 1 muỗng canh bơ
- 1 củ hành tây lớn, thái hạt lựu
- ½ cốc sữa chua Hy Lạp tự nhiên
- ½ cốc nước
- 2 muỗng canh tỏi gừng
- 3 muỗng canh lá cỏ cà ri
- 1 muỗng cà phê rau mùi
- 1 quả cà chua vừa
- 1 muỗng cà phê ớt đỏ
- 2 quả ớt xanh
- 1 muỗng cà phê nghệ
- 1 muỗng canh garam masala
- 1 muỗng cà phê bột thì là
- 1 muỗng cà phê muối biển
- ¼ muỗng cà phê hạt nhục đậu khấu

tiêu đề:

Phủ nồi nấu chậm bằng bình xịt chống dính. Trộn đều tất cả các loại gia vị trong một bát nhỏ. Cho gà vào nồi nấu chậm, tiếp theo là các nguyên liệu còn lại, bao gồm cả hỗn hợp gia vị. Khuấy cho đến khi mọi thứ được trộn đều với gia vị.

Nấu trên lửa nhỏ trong 4-5 giờ. Ăn kèm với naan hoặc bánh mì Ý.

Dinh dưỡng (trên 100 gram): 345 calo 9,9 g chất béo 10 g carbs 53,7 g protein 715 mg natri

Gà Cacciatore với Orzo

Thời gian chuẩn bị: 20 phút.

Thời gian nấu: 4 giờ.

Khẩu phần: 6

Độ khó: Dễ

Thành phần:

- 2 kg đùi gà có da
- 1 muỗng canh dầu ô liu
- 1 chén nấm, làm tư
- 3 củ cà rốt, thái nhỏ
- 1 lọ ô liu Kalamata nhỏ
- 2 lon (14 oz.) cà chua thái hạt lựu
- 1 lon sốt cà chua nhỏ
- 1 chén rượu vang đỏ
- 5 tép tỏi
- 1 cốc orzo

tiêu đề:

Đun nóng dầu ô liu trong chảo lớn. Khi dầu nóng, thêm thịt gà, mặt da xuống và chiên cho đến khi vàng nâu. Đảm bảo các miếng thịt gà không chạm vào nhau.

Khi gà đã chín vàng, cho tất cả nguyên liệu vào nồi nấu chậm trừ orzo. Đun nhỏ lửa gà trong 2 giờ, sau đó thêm orzo và nấu thêm 2 giờ nữa. Ăn kèm với bánh mì Pháp giòn.

Dinh dưỡng (trên 100 gram): 424 calo 16 g chất béo 10 g carbs 11 g protein 845 mg natri

Provençal Daube nấu chậm

Thời gian chuẩn bị: 15 phút.

Thời gian nấu: 8 tiếng.

Khẩu phần: 8

Độ khó: trung bình

Thành phần:

- 1 muỗng canh dầu ô liu
- 10 tép tỏi băm
- 2 kg thịt nướng rút xương
- 1½ muỗng cà phê muối, chia
- ½ muỗng cà phê tiêu đen mới xay
- 1 chén rượu vang đỏ khô
- 2 chén cà rốt xắt nhỏ
- 1½ chén hành tây xắt nhỏ
- ½ chén nước dùng thịt bò
- 1 lon (14 oz.) cà chua thái hạt lựu
- 1 muỗng canh cà chua xay nhuyễn
- 1 muỗng cà phê hương thảo tươi xắt nhỏ
- 1 muỗng cà phê húng tây tươi xắt nhỏ
- ½ muỗng cà phê vỏ cam
- ½ muỗng cà phê bột quế
- ¼ thìa cà phê đinh hương xay
- 1 lá nguyệt quế

tiêu đề:

Làm nóng chảo, sau đó thêm dầu ô liu. Thêm hành tây và tỏi băm nhỏ và nấu cho đến khi hành tây mềm và tỏi bắt đầu chuyển sang màu nâu.

Thêm thịt thái hạt lựu, nêm muối và hạt tiêu và chiên cho đến khi thịt có màu nâu. Chuyển thịt vào nồi nấu chậm. Khuấy nước dùng thịt bò vào chảo và đun sôi trong khoảng 3 phút để chảo có màu nâu, sau đó đổ vào nồi nấu chậm trên thịt bò.

Thêm phần còn lại của các thành phần vào nồi nấu chậm và trộn đều. Đặt nồi nấu chậm ở mức thấp và nấu trong 8 giờ hoặc đặt ở mức cao và nấu trong 4 giờ. Dùng với mì trứng, cơm hoặc một ít bánh mì Ý giòn.

Dinh dưỡng (trên 100 gram): 547 calo 30,5 g chất béo 22 g carbs 45,2 g protein 809 mg natri

Gấu Bucco

Thời gian chuẩn bị: 30 phút.

Thời gian nấu: 8 tiếng.

Khẩu phần: 3

Độ khó: trung bình

Thành phần:

- 4 chân bò hoặc bê
- 1 muỗng cà phê muối biển
- ½ muỗng cà phê tiêu đen xay
- 3 muỗng canh bột mì nguyên chất
- 1-2 muỗng canh dầu ô liu
- 2 củ hành vừa, thái hạt lựu
- 2 củ cà rốt vừa, thái hạt lựu
- 2 cọng cần tây, thái hạt lựu
- 4 tép tỏi, băm nhỏ
- 1 lon (14 oz.) cà chua thái hạt lựu
- 2 muỗng cà phê lá thyme khô
- ½ chén nước dùng thịt bò hoặc rau củ

tiêu đề:

Ướp cả hai mặt chân giò rồi nhúng qua bột mì để áo sơ qua. Đun nóng chảo lớn trên lửa lớn. Thêm dầu ô liu. Khi dầu nóng, cho chân giò vào chiên vàng đều hai mặt. Khi vàng nâu, chuyển sang nồi nấu chậm.

Đổ nước dùng vào chảo vừa đun vừa khuấy khoảng 3-5 phút để chảo chuyển sang màu đỏ. Cho các nguyên liệu khác vào nồi nấu chậm và đổ nước dùng từ chảo lên trên.

Đặt nồi nấu chậm ở mức thấp và nấu trong 8 giờ. Osso Bucco được phục vụ trên hạt diêm mạch, gạo lứt hoặc thậm chí là cơm súp lơ.

Dinh dưỡng (trên 100 gram): 589 calo 21,3 g chất béo 15 g carbs 74,7 g protein 893 mg natri

Bourguignon thịt bò nấu chậm

Thời gian chuẩn bị: 5 phút.

Thời gian nấu: 8 tiếng.

Khẩu phần: 8

Độ khó: Khó

Thành phần:

- 1 muỗng canh dầu ô liu nguyên chất
- 6 ounces thịt xông khói, xắt nhỏ
- 3 pound thịt ức bò nạc, cắt thành khối 2 inch
- 1 củ cà rốt lớn, thái lát
- 1 củ hành trắng lớn, thái hạt lựu
- 6 tép tỏi, băm nhỏ và chia
- ½ muỗng cà phê muối thô
- ½ muỗng cà phê tiêu mới xay
- 2 muỗng canh ngũ cốc nguyên hạt
- 12 củ hành nhỏ
- 3 chén rượu vang đỏ (Merlot, Pinot Noir hoặc Chianti)
- 2 chén nước dùng thịt bò
- 2 muỗng canh bột cà chua
- 1 khối nước dùng thịt bò, nghiền nát
- 1 muỗng cà phê húng tây tươi, xắt nhỏ
- 2 muỗng canh mùi tây tươi
- 2 lá nguyệt quế
- 2 muỗng canh bơ hoặc 1 muỗng canh dầu ô liu

- 1 kg nấm tươi nhỏ màu trắng hoặc nâu cắt làm tư

tiêu đề:

Làm nóng chảo trên lửa vừa và cao và thêm dầu ô liu. Khi dầu nóng, chiên thịt xông khói cho đến khi giòn, sau đó cho vào nồi nấu chậm. Cho mỡ thịt xông khói vào chảo.

Thấm khô thịt và chiên trong cùng một chảo với mỡ thịt xông khói cho đến khi chín vàng đều các mặt. Chuyển sang nồi nấu chậm.

Cho hành tây và cà rốt vào nồi nấu chậm, nêm muối và hạt tiêu. Trộn các thành phần và đảm bảo mọi thứ đều được tẩm gia vị.

Đổ rượu vang đỏ vào chảo và đun nhỏ lửa trong 4-5 phút để chảo chuyển sang màu đỏ, sau đó thêm bột và khuấy cho đến khi mịn. Tiếp tục nấu cho đến khi chất lỏng giảm và hơi đặc lại.

Khi chất lỏng đã đặc lại, đổ nó vào nồi nấu chậm và khuấy đều để phủ mọi thứ bằng hỗn hợp rượu. Thêm cà chua xay nhuyễn, viên nước dùng, húng tây, rau mùi tây, 4 nhánh tỏi và lá nguyệt quế. Đặt nồi nấu chậm ở mức cao và nấu trong 6 giờ hoặc đặt ở mức thấp và nấu trong 8 giờ.

Làm mềm bơ hoặc đun nóng dầu ô liu trong chảo trên lửa vừa. Khi dầu nóng, thêm 2 tép tỏi còn lại và nấu trong khoảng 1 phút trước khi thêm nấm. Nấu nấm cho đến khi mềm, sau đó cho chúng vào nồi nấu chậm và khuấy đều.

Ăn với khoai tây nghiền, cơm hoặc mì ống.

Dinh dưỡng (trên 100 gram): 672 calo 32 g chất béo 15 g carbs 56 g protein 693 mg natri

thịt bê basamic

Thời gian chuẩn bị: 5 phút.

Thời gian nấu: 8 tiếng.

Khẩu phần: 10

Độ khó: trung bình

Thành phần:

- 2 kg thịt nướng rút xương
- 1 muỗng canh dầu ô liu
- cọ xát
- 1 muỗng cà phê bột tỏi
- ½ muỗng cà phê bột hành
- 1 muỗng cà phê muối biển
- ½ muỗng cà phê tiêu đen mới xay
- NHÚNG
- ½ chén giấm balsamic
- 2 thìa mật ong
- 1 muỗng canh mù tạt và mật ong
- 1 chén nước dùng thịt bò
- 1 muỗng canh bột sắn, bột mì nguyên chất hoặc bột bắp (để làm đặc nước sốt khi hoàn thành, nếu cần)

tiêu đề:

Thêm tất cả các thành phần cho massage.

Trong một bát riêng, trộn giấm balsamic, mật ong, mù tạt mật ong và thịt bò. Phết dầu ô liu lên thịt nướng, sau đó xoa gia vị từ hỗn hợp đã phết vào. Đặt thịt nướng vào nồi nấu chậm, sau đó đổ nước sốt lên trên. Đặt nồi nấu chậm ở mức thấp và nấu trong 8 giờ.

Nếu bạn muốn nước sốt nướng đặc lại, hãy chuyển nó từ nồi nấu chậm sang một cái bát. Sau đó đổ chất lỏng vào chảo và đun sôi trên bếp. Trộn bột cho đến khi mịn và đun nhỏ lửa cho đến khi nước sốt đặc lại.

Dinh dưỡng (trên 100 gram): 306 calo 19 g chất béo 13 g carbs 25 g protein 823 mg natri

Bò nướng

Thời gian chuẩn bị: 20 phút.

Thời gian nấu: 5 giờ.

Khẩu phần: 8

Độ khó: trung bình

Thành phần:

- 2 muỗng canh dầu ô liu
- tiêu muối
- 3 kg thịt bò nướng không xương, buộc lại
- 4 củ cà rốt vừa, gọt vỏ
- 2 củ cải vàng, gọt vỏ và cắt đôi
- 2 củ su hào trắng, gọt vỏ và cắt làm tư
- 10 tép tỏi bóc vỏ
- 2 nhánh húng tây tươi
- 1 quả cam rửa sạch và nạo
- 1 chén nước dùng gà hoặc thịt bò

tiêu đề:

Đun nóng chảo lớn trên lửa vừa và cao. Xoa thịt bò nướng với dầu ô liu, sau đó nêm muối và hạt tiêu. Khi chảo nóng, cho thịt bò nướng vào và áp chảo đều các mặt. Quá trình này mất khoảng 3 phút cho mỗi mặt, nhưng quá trình này giúp nước thịt trong và làm cho thịt ngon ngọt.

Khi nó được nấu chín, đặt nó vào nồi nấu chậm. Cho cà rốt, củ cải vàng, củ cải và tỏi vào chảo. Đảo đều và nấu trong khoảng 5 phút, nhưng không phải nấu hết, chỉ để thịt bò có một ít màu nâu và thêm màu.

Chuyển rau vào nồi nấu chậm, sắp xếp chúng xung quanh thịt. Rải húng tây và vỏ cam lên trên món nướng. Cắt đôi quả cam và vắt nước lên thịt. Thêm nước dùng gà, sau đó đun nhỏ lửa trong 5 giờ.

Dinh dưỡng (trên 100 gram): 426 calo 12,8 g chất béo 10 g carbs 48,8 g protein 822 mg natri

Cơm và xúc xích Địa Trung Hải

Thời gian chuẩn bị: 15 phút.

Thời gian nấu: 8 tiếng.

Khẩu phần: 6

Độ khó: trung bình

Thành phần:

- 1½ kg xúc xích Ý, vụn
- 1 củ hành đỏ vừa thái nhỏ
- 2 muỗng canh nước sốt bít tết
- 2 chén gạo hạt dài, chưa nấu chín
- 1 lon (14 oz.) cà chua thái hạt lựu với nước ép
- ½ cốc nước
- 1 ớt chuông xanh vừa, thái hạt lựu

tiêu đề:

Xịt nồi nấu chậm của bạn bằng dầu ô liu hoặc bình xịt chống dính. Thêm xúc xích, hành tây và sốt bít tết vào nồi nấu chậm. Để nó ở nhiệt độ thấp trong 8-10 giờ.

Sau 8 giờ, thêm gạo, cà chua, nước và ớt xanh. Trộn đều. Nấu thêm 20-25 phút nữa.

Dinh dưỡng (trên 100 gram): 650 calo 36 g chất béo 11 g carbs 22 g protein 633 mg natri

thịt viên Tây Ban Nha

Thời gian chuẩn bị: 20 phút.

Thời gian nấu: 5 giờ.

Khẩu phần: 6

Độ khó: Khó

Thành phần:

- 1 kg gà tây xay
- 1 kg thịt heo bằm
- 2 quả trứng
- 1 lon (20 oz.) cà chua thái hạt lựu
- ¾ chén hành ngọt xắt nhỏ, chia
- ¼ chén cộng với 1 muỗng canh vụn bánh mì
- 3 muỗng canh mùi tây tươi xắt nhỏ
- 1½ muỗng cà phê thì là
- 1½ muỗng cà phê ớt bột (ngọt hoặc nóng)

tiêu đề:

Xịt nồi nấu chậm bằng dầu ô liu.

Trộn thịt bò xay, trứng, khoảng một nửa số hành tây, vụn bánh mì và gia vị trong một cái bát.

Rửa tay và trộn cho đến khi mọi thứ được kết hợp tốt. Không nên trộn quá kỹ vì như vậy thịt viên sẽ bị dai. Chúng tôi tạo thành thịt viên. Kích thước của miếng bạn làm rõ ràng sẽ quyết định số lượng thịt viên.

Đun nóng 2 muỗng canh dầu ô liu trong chảo trên lửa vừa. Khi nóng, trộn thịt viên và chiên vàng đều các mặt. Hãy chắc chắn rằng các quả bóng không chạm vào nhau để chúng có màu nâu đều. Khi đã sẵn sàng, chuyển chúng vào nồi nấu chậm.

Thêm phần còn lại của hành tây và cà chua vào chảo và nấu trong vài phút, loại bỏ bất kỳ phần màu nâu nào từ thịt viên để tạo hương vị. Chuyển cà chua vào thịt viên trong nồi nấu chậm và đun nhỏ lửa trong 5 giờ.

Dinh dưỡng (trên 100 gram): 372 calo 21,7 g chất béo 15 g carbs 28,6 protein 772 mg natri

Súp lơ bít tết với sốt ô liu và cam quýt

Thời gian chuẩn bị: 15 phút.

thời gian để nấu ăn: 30 phút

Khẩu phần: 4

Độ khó: trung bình

Thành phần:

- 1 hoặc 2 đầu súp lơ lớn
- 1/3 chén dầu ô liu nguyên chất
- ¼ muỗng cà phê muối kosher
- 1/8 muỗng cà phê tiêu đen xay
- Nước ép của 1 quả cam
- Vỏ của 1 quả cam
- ¼ chén ô liu đen, rỗ và thái nhỏ
- 1 muỗng canh Dijon hoặc mù tạt hạt
- 1 muỗng canh giấm rượu vang đỏ
- ½ muỗng cà phê rau mùi

tiêu đề:

Làm nóng lò ở 400°F. Lót giấy nướng hoặc giấy bạc lên khay. Cắt cuống súp lơ để nó đứng thẳng. Cắt theo chiều dọc thành bốn tấm dày. Đặt súp lơ lên tấm nướng đã chuẩn bị. Rưới dầu ô liu, muối và hạt tiêu đen. Nướng trong khoảng 30 phút.

Trong một bát vừa, kết hợp nước cam, vỏ cam, ô liu, mù tạt, giấm và ngò; trộn đều. Ăn kèm với nước sốt.

Dinh dưỡng (trên 100 gram): 265 calo 21 g chất béo 4 g carbs 5 g protein 693 mg natri

Pasta sốt quả hồ trăn và bạc hà

Thời gian chuẩn bị: 10 phút.

thời gian để nấu ăn: 10 phút

Khẩu phần: 4

Độ khó: trung bình

Thành phần:

- 8 ounce mì ống nguyên cám
- 1 chén bạc hà tươi
- ½ chén húng quế tươi
- 1/3 chén quả hồ trăn không ướp muối trong vỏ của chúng
- 1 tép tỏi bóc vỏ
- ½ muỗng cà phê muối kosher
- Nước cốt của ½ quả chanh
- 1/3 chén dầu ô liu nguyên chất

tiêu đề:

Nấu mì ống theo hướng dẫn trên bao bì. Để ráo nước, phủ nửa cốc nước mì ống, sau đó đặt sang một bên. Trong một bộ xử lý thực phẩm, thêm bạc hà, húng quế, quả hồ trăn, tỏi, muối và nước cốt chanh. Xử lý cho đến khi quả hồ trăn được nghiền mịn. Thêm dầu ô liu vào một dòng chảy chậm, ổn định và xử lý cho đến khi kết hợp.

Trong một bát lớn, trộn mì ống với sốt quả hồ trăn. Nếu muốn mì loãng hơn, cay hơn thì cho thêm một ít nước luộc mì và trộn đều.

Dinh dưỡng (trên 100 gram): 420 calo 3 g chất béo 2 g carbs 11 g protein 593 mg natri

Pasta sốt cà chua bi với sợi tóc thiên thần

Thời gian chuẩn bị: 10 phút.

thời gian để nấu ăn: 20 phút

Khẩu phần: 4

Độ khó: trung bình

Thành phần:

- 8 oz mì sợi tóc thiên thần
- 2 muỗng canh dầu ô liu nguyên chất
- 3 nhánh tỏi băm nhỏ
- 3 lít cà chua bi
- ½ muỗng cà phê muối kosher
- ¼ muỗng cà phê hạt tiêu đỏ
- ¾ chén húng quế tươi, xắt nhỏ
- 1 muỗng canh giấm balsamic trắng (tùy chọn)
- ¼ chén phô mai Parmesan bào (tùy chọn)

tiêu đề:

Nấu mì ống theo hướng dẫn trên bao bì. Xả và dự trữ.

Đun nóng dầu ô liu trong chảo hoặc chảo lớn trên lửa vừa và cao. Thêm tỏi và chiên trong 30 giây. Thêm cà chua, muối và hạt tiêu đỏ và nấu, thỉnh thoảng khuấy, cho đến khi cà chua vỡ ra, khoảng 15 phút.

Tắt bếp và thêm mì ống và húng quế. Trộn đều. (Đối với cà chua trái vụ có thể cho thêm giấm nếu cần và trộn đều.) Dọn ra đĩa.

Dinh dưỡng (trên 100 gram): 305 calo 8 g chất béo 3 g carbs 11 g protein 559 mg natri

Đậu hũ chiên cà chua khô

Thời gian chuẩn bị: 30 phút.

thời gian để nấu ăn: 30 phút

Khẩu phần: 4

Độ khó: trung bình

Thành phần:

- 1 gói (16 ounce) đậu phụ cứng, cắt thành khối 1 inch
- 2 muỗng canh dầu ô liu nguyên chất, chia
- 2 muỗng canh nước cốt chanh, chia
- 1 muỗng canh nước tương ít natri
- 1 củ hành tây thái hạt lựu
- ½ muỗng cà phê muối kosher
- 2 tép tỏi, thái nhỏ
- 1 lon (14 oz.) tim atisô, để ráo nước
- 8 quả cà chua khô
- ¼ thìa cà phê tiêu đen mới xay
- 1 muỗng canh giấm rượu trắng
- Vỏ của 1 quả chanh
- ¼ chén mùi tây tươi xắt nhỏ

tiêu đề:

Làm nóng lò ở 400°F. Đặt giấy bạc hoặc giấy nướng lên khay. Trong một cái bát, trộn đậu phụ, 1 muỗng canh dầu ô liu, 1 muỗng canh nước cốt chanh và nước tương. Để yên và ướp trong 15-30 phút. Đặt đậu phụ thành một lớp trên khay nướng đã chuẩn bị và nướng trong 20 phút, trở mặt một lần cho đến khi có màu nâu nhạt.

Nấu hoặc chiên 1 muỗng canh dầu ô liu còn lại trong chảo lớn trên lửa vừa. Thêm hành tây và muối; đun nhỏ lửa cho đến khi mờ, 5-6 phút. Thêm tỏi và chiên trong 30 giây. Sau đó, thêm trái atisô, cà chua khô và hạt tiêu đen và xào trong 5 phút. Thêm giấm rượu vang trắng và thìa nước cốt chanh còn lại, sau đó để ráo chảo và cạo những mảng màu nâu. Lấy chảo ra khỏi bếp và thêm vỏ chanh và rau mùi tây. Cẩn thận khuấy trong đậu phụ chiên.

Dinh dưỡng (trên 100 gram): 230 calo 14 g chất béo 5 g carbs 14 g protein 593 mg natri

Tempeh Địa Trung Hải nướng với cà chua và tỏi

Thời gian chuẩn bị: 25 phút, cộng thêm 4 giờ ướp
thời gian để nấu ăn: 35 phút
Khẩu phần: 4
Độ khó: Khó

Thành phần:

- <u>cho tempeh</u>
- 12 ounce tempeh
- ¼ chén rượu trắng
- 2 muỗng canh dầu ô liu nguyên chất
- 2 thìa nước cốt chanh
- Vỏ của 1 quả chanh
- ¼ muỗng cà phê muối kosher
- ¼ thìa cà phê tiêu đen mới xay
- <u>Cho nước sốt cà chua và tỏi</u>
- 1 muỗng canh dầu ô liu nguyên chất
- 1 củ hành tây thái hạt lựu
- 3 nhánh tỏi băm nhỏ
- 1 lon (14,5 oz.) cà chua nghiền, không ướp muối
- 1 cà chua thịt bò, thái hạt lựu
- 1 lá nguyệt quế khô
- 1 muỗng cà phê giấm rượu trắng

- 1 thìa nước cốt chanh.
- 1 muỗng cà phê oregano khô
- 1 muỗng cà phê cỏ xạ hương khô
- ¾ muỗng cà phê muối kosher
- ¼ chén húng quế, cắt thành dải

tiêu đề:

Để làm tempeh

Đặt tempeh vào chảo vừa. Thêm đủ nước để phủ 1-2 inch. Đun sôi trên lửa vừa và cao, đậy nắp và đun trên lửa nhỏ. Nấu trong 10-15 phút. Lấy tempeh ra, lau khô, để nguội và cắt thành khối vuông 1 inch.

Trộn rượu trắng, dầu ô liu, nước cốt chanh, vỏ chanh, muối và hạt tiêu đen. Thêm tempeh, đậy nắp bát và cho vào tủ lạnh trong 4 giờ hoặc qua đêm. Làm nóng lò ở nhiệt độ 375°F. Đặt tempeh ướp và ướp vào một món nướng và nướng trong 15 phút.

Để chuẩn bị sốt tỏi cà chua

Đun nóng dầu ô liu trong chảo lớn trên lửa vừa. Thêm hành tây và xào cho đến khi mờ trong 3-5 phút. Thêm tỏi và chiên trong 30 giây. Thêm cà chua nghiền, cà chua thịt bò, lá nguyệt quế, giấm, nước cốt chanh, lá oregano, cỏ xạ hương và muối. Trộn đều. Nấu trên lửa nhỏ trong 15 phút.

Thêm tempeh chiên vào hỗn hợp cà chua và trộn nhẹ nhàng. Trang trí với húng quế.

MẸO THAY THẾ: Nếu bạn không có tempeh hoặc chỉ muốn tăng tốc quá trình nấu, bạn có thể thay thế bằng một lon đậu xanh 14,5 ounce thay cho tempeh. Rửa sạch đậu và thêm chúng vào nước sốt với cà chua nghiền. Một món ăn thuần chay tuyệt vời trong một nửa thời gian!

Dinh dưỡng (trên 100 gram): 330 calo 20 g chất béo 4 g carbs 18 g protein 693 mg natri

Nấm portobello nướng với cải xoăn và hành tím

Thời gian chuẩn bị: 30 phút.
thời gian để nấu ăn: 30 phút
Khẩu phần: 4
Độ khó: Khó

Thành phần:

- ¼ chén giấm rượu trắng
- 3 muỗng canh dầu ô liu nguyên chất, chia
- ½ muỗng cà phê mật ong
- ¾ muỗng cà phê muối kosher, chia
- ¼ thìa cà phê tiêu đen mới xay
- 4 nấm portobello lớn, bỏ cuống
- 1 củ hành đỏ, thái nhỏ
- 2 tép tỏi, thái nhỏ
- 1 bó (8 ounces) cải xoăn, bỏ cuống và thái nhỏ
- ¼ muỗng cà phê hạt tiêu đỏ
- ¼ chén phô mai Parmesan hoặc Romano bào nhỏ

tiêu đề:

Lót giấy nướng hoặc giấy nhôm lên khay. Trong một bát vừa, trộn đều giấm, 1 ½ thìa dầu ô liu, mật ong, ¼ thìa muối và hạt tiêu đen. Đặt nấm lên khay và đổ nước xốt lên chúng. Để nó ướp trong 15-30 phút.

Trong khi đó, làm nóng lò trước ở nhiệt độ 400°F. Nướng nấm trong 20 phút, quay nửa chừng. Đun nóng 1½ muỗng canh dầu ô liu còn lại trong chảo lớn hoặc xào trên lửa vừa và cao. Thêm hành tây và ½ muỗng cà phê muối còn lại và chiên cho đến khi vàng nâu trong 5-6 phút. Thêm tỏi và chiên trong 30 giây. Khuấy cải xoăn và ớt đỏ và xào cho đến khi cải xoăn chín, khoảng 5 phút.

Lấy nấm ra khỏi lò và tăng nhiệt để nấu chúng. Cẩn thận đổ chất lỏng từ chảo vào chảo với hỗn hợp cải xoăn; trộn đều. Xoay nấm sao cho phần cuống hướng lên trên. Đổ một ít hỗn hợp cải xoăn lên trên mỗi cây nấm. Rắc 1 muỗng canh phô mai Parmesan lên trên mỗi cái. Nướng cho đến khi vàng nâu.

Dinh dưỡng (trên 100 gram): 200 calo 13g chất béo 4g carbs 8g protein

Đậu phụ ướp balsamic với húng quế và oregano

Thời gian chuẩn bị: 40 phút.

thời gian để nấu ăn: 30 phút

Khẩu phần: 4

Độ khó: trung bình

Thành phần:

- ¼ chén dầu ô liu nguyên chất
- ¼ chén giấm balsamic
- 2 muỗng canh nước tương ít natri
- 3 tép tỏi, nạo
- 2 muỗng cà phê xi-rô phong nguyên chất
- Vỏ của 1 quả chanh
- 1 muỗng cà phê húng quế khô
- 1 muỗng cà phê oregano khô
- ½ thìa húng tây khô
- ½ muỗng cà phê cây xô thơm khô
- ¼ muỗng cà phê muối kosher
- ¼ thìa cà phê tiêu đen mới xay
- ¼ muỗng cà phê hạt tiêu đỏ (tùy chọn)
- 1 khối (16 ounce) đậu phụ cứng

tiêu đề:

Trong một cái bát cỡ gallon hoặc túi ziplock, kết hợp dầu ô liu, giấm, nước tương, tỏi, xi-rô cây phong, vỏ chanh, húng quế, lá oregano, cỏ xạ hương, cây xô thơm, muối, hạt tiêu đen và ớt đỏ nếu cần. Thêm đậu phụ và trộn nhẹ nhàng. Đặt nó trong tủ lạnh và ướp trong 30 phút, hoặc thậm chí qua đêm nếu cần thiết.

Chuẩn bị lò nướng ở nhiệt độ 425°F. Lót giấy nướng hoặc giấy bạc lên khay. Đặt đậu phụ đã ướp thành một lớp trong chảo đã chuẩn bị. Nướng trong 20-30 phút, lật nửa chừng, cho đến khi hơi giòn.

Dinh dưỡng (trên 100 gram): 225 calo 16 g chất béo 2 g carbs 13 g protein 493 mg natri

Zucchini nhồi ricotta, húng quế và quả hồ trăn

Thời gian chuẩn bị: 15 phút.
thời gian để nấu ăn: 25 phút
Khẩu phần: 4
Độ khó: trung bình

Thành phần:

- 2 quả bí vừa, cắt làm đôi theo chiều dọc
- 1 muỗng canh dầu ô liu nguyên chất
- 1 củ hành tây thái hạt lựu
- 1 muỗng cà phê muối kosher
- 2 tép tỏi, thái nhỏ
- ¾ chén phô mai ricotta
- ¼ chén quả hồ trăn không ướp muối, bóc vỏ và cắt nhỏ
- ¼ chén húng quế tươi xắt nhỏ
- 1 quả trứng lớn, bị đánh đập
- ¼ thìa cà phê tiêu đen mới xay

tiêu đề:

Làm nóng lò ở nhiệt độ 425° F. Đặt giấy da hoặc giấy nhôm lên khay nướng. Cắt hạt/thịt ra khỏi bí xanh, để lại ¼ inch thịt xung quanh các cạnh. Đặt cùi lên thớt và cắt cùi.

Đun nóng dầu ô liu trong chảo trên lửa vừa. Thêm hành tây, bột giấy và muối và chiên trong khoảng 5 phút. Thêm tỏi và chiên trong 30 giây. Trộn phô mai ricotta, quả hồ trăn, húng quế, trứng và hạt tiêu đen. Thêm hỗn hợp hành tây và trộn đều.

Xếp một nửa trong số 4 quả bí xanh vào chảo đã chuẩn bị. Trải một nửa quả bí xanh với hỗn hợp ricotta. Nướng cho đến khi vàng.

Dinh dưỡng (trên 100 gram): 200 calo 12 g chất béo 3 g carbs 11 g protein 836 mg natri

Farro với cà chua chiên và nấm

Thời gian chuẩn bị: 20 phút.

Thời gian nấu: 1 giờ.

Khẩu phần: 4

Độ khó: Khó

Thành phần:

- <u>đến cà chua</u>
- 2 lít cà chua bi
- 1 muỗng cà phê dầu ô liu nguyên chất
- ¼ muỗng cà phê muối kosher
- <u>đến ngọn hải đăng</u>
- 3-4 cốc nước
- ½ chén farro
- ¼ muỗng cà phê muối kosher
- <u>đến nấm</u>
- 2 muỗng canh dầu ô liu nguyên chất
- 1 đầu hành tím
- ½ muỗng cà phê muối kosher
- ¼ thìa cà phê tiêu đen mới xay
- 10 ounce nấm non, bỏ cuống và thái lát mỏng
- ½ chén nước luộc rau không thêm muối
- 1 lon (15 oz.) đậu cannellini ít natri, để ráo nước và rửa sạch
- 1 chén rau bina bé
- 2 muỗng canh húng quế tươi cắt thành dải

- ¼ chén hạt thông nướng
- giấm balsamic lâu năm (tùy chọn)

tiêu đề:

Để chuẩn bị cà chua

Làm nóng lò ở 400°F. Lót giấy nướng hoặc giấy bạc lên khay. Trộn cà chua, dầu ô liu và muối trong đĩa nướng và nướng trong 30 phút.

đó là farro

Đun sôi nước, farro và muối trong nồi vừa hoặc xoong trên lửa lớn. Đun sôi và nấu trong 30 phút hoặc cho đến khi farro chín. Xả và dự trữ.

để chuẩn bị nấm

Nấu dầu ô liu trong chảo lớn hoặc chiên trên lửa vừa và thấp. Thêm hành tây, muối và hạt tiêu đen và chiên cho đến khi vàng nâu và bắt đầu caramen, khoảng 15 phút. Thêm nấm, tăng nhiệt ở mức trung bình và đun nhỏ lửa cho đến khi chất lỏng bay hơi hết và nấm có màu nâu, khoảng 10 phút. Thêm nước dùng rau và giảm nhiệt xuống thấp, cạo các mảnh màu nâu và giảm chất lỏng trong khoảng 5 phút. Thêm đậu và đun khoảng 3 phút.

Lấy ra và thêm rau bina, húng quế, hạt thông, cà chua nướng và farro. Nếu muốn, rắc giấm balsamic.

Dinh dưỡng (trên 100 gram): 375 calo 15 g chất béo 10 g carbs 14 g protein 769 mg natri

Orzo chiên với cà tím, củ cải Thụy Sĩ và mozzarella

Thời gian chuẩn bị: 20 phút.
thời gian để nấu ăn: 60 phút
Khẩu phần: 4
Độ khó: trung bình

Thành phần:

- 2 muỗng canh dầu ô liu nguyên chất
- 1 quả cà tím lớn (1 pound), thái hạt lựu
- 2 củ cà rốt, gọt vỏ và cắt thành khối nhỏ
- 2 nhánh cần tây, cắt thành khối nhỏ
- 1 củ hành đỏ cắt thành khối nhỏ
- ½ muỗng cà phê muối kosher
- 3 nhánh tỏi băm nhỏ
- ¼ thìa cà phê tiêu đen mới xay
- 1 chén orzo ngũ cốc nguyên hạt
- 1 muỗng cà phê cà chua xay nhuyễn không thêm muối
- 1½ chén nước luộc rau không ướp muối
- 1 chén củ cải Thụy Sĩ, bỏ cuống và thái nhỏ
- 2 muỗng canh oregano tươi xắt nhỏ
- Vỏ của 1 quả chanh
- 4 ounces phô mai mozzarella, cắt thành khối nhỏ
- ¼ chén phô mai Parmesan nạo
- 2 quả cà chua, thái lát dày nửa inch

tiêu đề:

Làm nóng lò ở 400 ° F. Đun nóng dầu ô liu trong chảo lớn, an toàn với lò nướng trên lửa vừa. Thêm cà tím, cà rốt, cần tây, hành tây và muối và xào trong khoảng 10 phút. Thêm tỏi và hạt tiêu đen và nấu trong khoảng 30 giây. Thêm bột orzo và cà chua và chiên trong 1 phút. Khuấy súp rau và giảm nhiệt trên chảo, cạo các mảnh màu nâu. Thêm củ cải, oregano và vỏ chanh và khuấy cho đến khi củ cải héo.

Lấy nó ra và đặt pho mát mozzarella lên trên. Làm mịn phần trên cùng của hỗn hợp orzo cho đến khi phẳng. Rắc phô mai Parmesan lên trên. Trải một lớp cà chua lên trên pho mát Parmesan. Nướng trong 45 phút.

Dinh dưỡng (trên 100 gram): 470 calo 17 g chất béo 7 g carbs 18 g protein 769 mg natri

Risotto lúa mạch với cà chua

Thời gian chuẩn bị: 20 phút.

thời gian để nấu ăn: 45 phút

Khẩu phần: 4

Độ khó: trung bình

Thành phần:

- 2 muỗng canh dầu ô liu nguyên chất
- 2 cọng cần tây, thái hạt lựu
- ½ chén hẹ, thái hạt lựu
- 4 tép tỏi, băm nhỏ
- 3 chén súp rau không ướp muối
- 1 lon (14,5 oz.) cà chua thái hạt lựu không ướp muối
- 1 lon (14,5 oz.) cà chua nghiền, không ướp muối
- 1 chén lúa mạch ngọc trai
- Vỏ của 1 quả chanh
- 1 muỗng cà phê muối kosher
- ½ muỗng cà phê ớt bột xông khói
- ¼ muỗng cà phê hạt tiêu đỏ
- ¼ thìa cà phê tiêu đen mới xay
- 4 nhánh cỏ xạ hương
- 1 lá nguyệt quế khô
- 2 chén rau bina bé
- ½ chén phô mai feta vụn
- 1 muỗng canh oregano tươi băm nhỏ

- 1 muỗng canh hạt thì là nướng (tùy chọn)

tiêu đề:

Đun nóng dầu ô liu trong chảo lớn trên lửa vừa. Thêm cần tây và hẹ tây và xào trong khoảng 4-5 phút. Thêm tỏi và chiên trong 30 giây. Thêm nước dùng rau củ, cà chua thái hạt lựu, cà chua nghiền, lúa mạch, vỏ chanh, muối, ớt bột, ớt đỏ mảnh, tiêu đen, cỏ xạ hương và lá nguyệt quế rồi trộn đều. Đun sôi, sau đó giảm nhiệt và đun nhỏ lửa. Nấu trong 40 phút, thỉnh thoảng khuấy.

Loại bỏ lá nguyệt quế và húng tây. Thêm rau bina. Trong một bát nhỏ, trộn phô mai feta, lá oregano và hạt thì là. Risotto lúa mạch được phục vụ trong bát phủ hỗn hợp phô mai feta.

Dinh dưỡng (trên 100 gram): 375 calo 12 g chất béo 13 g carbs 11 g protein 799 mg natri

Đậu gà và cải xoăn sốt Pomodoro cay

Thời gian chuẩn bị: 10 phút.
thời gian để nấu ăn: 35 phút
Khẩu phần: 4
Độ khó: Dễ

Thành phần:

- 2 muỗng canh dầu ô liu nguyên chất
- 4 tép tỏi, thái lát
- 1 muỗng cà phê hạt tiêu đỏ
- 1 lon (28 oz.) cà chua nghiền, không ướp muối
- 1 muỗng cà phê muối kosher
- ½ muỗng cà phê mật ong
- 1 bó cải xoăn, bỏ cuống và thái nhỏ
- 2 lon (15 oz) đậu xanh ít natri, để ráo nước và rửa sạch
- ¼ chén húng quế tươi xắt nhỏ
- ¼ chén phô mai Pecorino Romano nạo

tiêu đề:

Đun nóng dầu ô liu trong chảo trên lửa vừa. Thêm tỏi và ớt đỏ và xào cho đến khi tỏi có màu nâu nhạt, khoảng 2 phút. Thêm cà chua, muối và mật ong và trộn đều. Giảm nhiệt xuống thấp và đun nhỏ lửa trong 20 phút.

Thêm cải xoăn và trộn đều. Nấu khoảng 5 phút. Thêm đậu xanh và đun nhỏ lửa trong khoảng 5 phút. Tắt bếp và thêm húng quế. Phục vụ rắc phô mai pecorino.

Dinh dưỡng (trên 100 gram): 420 calo 13 g chất béo 12 g carbs 20 g protein 882 mg natri

Feta nướng với cải xoăn và sữa chua chanh

Thời gian chuẩn bị: 15 phút.
thời gian để nấu ăn: 20 phút
Khẩu phần: 4
Độ khó: trung bình

Thành phần:

- 1 muỗng canh dầu ô liu nguyên chất
- 1 đầu hành tím
- ¼ muỗng cà phê muối kosher
- 1 muỗng cà phê bột nghệ
- ½ muỗng cà phê thì là
- ½ muỗng cà phê rau mùi
- ¼ thìa cà phê tiêu đen mới xay
- 1 bó cải xoăn, bỏ cuống và thái nhỏ
- Phô mai feta khối 7 ounce, cắt thành lát dày ¼ inch
- ½ cốc sữa chua Hy Lạp tự nhiên
- 1 thìa nước cốt chanh

tiêu đề:

Làm nóng lò ở 400 ° F. Đun nóng dầu ô liu trong chảo chịu nhiệt lớn hoặc chảo xào trên lửa vừa. Thêm hành tây và muối; xào cho đến khi có màu nâu nhạt, khoảng 5 phút. Thêm bột nghệ, thì là, rau mùi và hạt tiêu đen; Nướng trong 30 giây. Thêm cải xoăn và xào trong khoảng 2 phút. Thêm ½ chén nước và tiếp tục nấu cải xoăn trong khoảng 3 phút.

Tắt bếp và đặt các lát phô mai feta lên trên hỗn hợp cải xoăn. Đặt vào lò nướng và nướng cho đến khi feta mềm, 10-12 phút. Trộn sữa chua và nước cốt chanh trong một bát nhỏ. Phục vụ cải xoăn và phết feta với sữa chua chanh.

Dinh dưỡng (trên 100 gram): 210 calo 14 g chất béo 2 g carbs 11 g protein 836 mg natri

Cà tím chiên sốt cà chua

Thời gian chuẩn bị: 15 phút.

thời gian để nấu ăn: 60 phút

Khẩu phần: 4

Độ khó: Khó

Thành phần:

- xịt dầu ô liu để nấu ăn
- 1 quả cà tím lớn (khoảng 1 pound), thái thành lát dày ¼-inch
- 1 muỗng cà phê muối kosher, chia
- 1 muỗng canh dầu ô liu nguyên chất
- 3 nhánh tỏi băm nhỏ
- 1 lon (28 oz.) cà chua nghiền, không ướp muối
- ½ muỗng cà phê mật ong
- ¼ thìa cà phê tiêu đen mới xay
- 2 muỗng canh húng quế tươi xắt nhỏ
- 1 lon (15 ounces) đậu xanh không muối hoặc ít natri, để ráo nước và rửa sạch
- ¾ chén phô mai feta vụn
- 1 muỗng canh oregano tươi băm nhỏ

tiêu đề:

Làm nóng lò ở nhiệt độ 425°F. Mỡ và lót hai tấm nướng bằng giấy bạc và xịt nhẹ bằng dầu ô liu. Trải cà tím thành một lớp và rắc ½ muỗng cà phê muối. Nướng trong 20 phút, lật nửa chừng một lần, cho đến khi có màu nâu nhạt.

Trong khi đó, đun nóng dầu ô liu trong chảo lớn trên lửa vừa. Thêm tỏi và chiên trong 30 giây. Thêm cà chua nghiền, mật ong, ½ muỗng cà phê muối và hạt tiêu đen còn lại. Đun nhỏ lửa trong khoảng 20 phút, cho đến khi nước sốt hơi mềm và đặc lại. Thêm húng quế.

Sau khi lấy cà tím ra khỏi lò, giảm nhiệt độ lò xuống 375°F. Đổ đậu xanh và 1 chén nước sốt vào đĩa nướng hình chữ nhật hoặc hình bầu dục lớn. Sắp xếp các lát cà tím lên trên, chồng lên đậu xanh nếu cần. Thìa phần còn lại của nước sốt trên cà tím. Rắc phô mai feta và oregano lên trên.

Bọc khay bằng giấy nhôm và nướng trong 15 phút. Lấy giấy bạc ra và nướng thêm 15 phút nữa.

Dinh dưỡng (trên 100 gram): 320 calo 11 g chất béo 12 g carbs 14 g protein 773 mg natri

Falafel trượt

Thời gian chuẩn bị: 10 phút.

thời gian để nấu ăn: 30 phút

Khẩu phần: 6

Độ khó: trung bình

Thành phần:

- xịt dầu ô liu để nấu ăn
- 1 lon (15 oz) đậu xanh ít natri, để ráo nước và rửa sạch
- 1 củ hành tây thái nhỏ
- 2 tép tỏi, bóc vỏ
- 2 muỗng canh mùi tây tươi xắt nhỏ
- 2 muỗng canh bột mì nguyên chất
- ½ muỗng cà phê rau mùi
- ½ muỗng cà phê thì là
- ½ muỗng cà phê bột nở
- ½ muỗng cà phê muối kosher
- ¼ thìa cà phê tiêu đen mới xay

tiêu đề:

Làm nóng lò ở 350°F. Lót một tấm nướng bằng giấy da hoặc giấy bạc và xịt nhẹ dầu ô liu.

Trộn đậu xanh, hành tây, tỏi, rau mùi tây, bột mì, rau mùi, thìa là, bột nở, muối và tiêu đen trong máy xay thực phẩm. Trộn cho đến khi mịn.

Tạo 6 thanh trượt, đổ ¼ cốc bột vào mỗi thanh và đặt lên khay nướng đã chuẩn bị sẵn. Nướng trong 30 phút. Tham gia.

Dinh dưỡng (trên 100 gram): 90 calo 1 g chất béo 3 g carbs 4 g protein 803 mg natri

Portobello Caprese

Thời gian chuẩn bị: 15 phút.
thời gian để nấu ăn: 30 phút
Khẩu phần: 2
Độ khó: Khó

Thành phần:

- 1 muỗng canh dầu ô liu
- 1 chén cà chua bi
- Muối và hạt tiêu đen để nếm
- 4 lá húng quế tươi lớn, thái mỏng và chia
- 3 tép tỏi vừa, băm nhỏ
- 2 nấm portobello lớn, bỏ cuống
- 4 quả bóng mozzarella nhỏ
- 1 muỗng canh phô mai parmesan bào

tiêu đề:

Làm nóng lò ở 180°C (350°F). Bôi trơn khay nướng bằng dầu ô liu. Rưới 1 muỗng canh dầu ô liu vào chảo không dính và đun nóng ở nhiệt độ trung bình cao. Thêm cà chua vào chảo và nêm muối và hạt tiêu đen. Chọc vài lỗ trên quả cà chua để hút nước khi nướng. Đậy nắp và nấu cà chua trong 10 phút hoặc cho đến khi mềm.

Dự trữ 2 muỗng cà phê húng quế và thêm húng quế và tỏi còn lại vào chảo. Nghiền cà chua bằng thìa, sau đó nấu trong nửa phút. Khuấy liên tục trong khi nấu. Bạn đặt nó sang một bên, bạn bỏ qua nó. Đặt nấm vào chảo, đậy nắp và rắc muối và hạt tiêu đen cho vừa ăn.

Đổ hỗn hợp cà chua và viên mozzarella lên mang nấm, sau đó rắc phô mai Parmesan để phủ đều. Nướng cho đến khi nấm mềm và pho mát có màu nâu vàng. Lấy nấm nhồi ra khỏi lò và dùng với húng quế bên trên.

Dinh dưỡng (trên 100 gram): 285 calo 21,8 g chất béo 2,1 g carbs 14,3 g protein 823 mg natri

Cà chua nhồi nấm và phô mai

Thời gian chuẩn bị: 15 phút.

thời gian để nấu ăn: 20 phút

Khẩu phần: 4

Độ khó: trung bình

Thành phần:

- 4 quả cà chua chín lớn
- 1 muỗng canh dầu ô liu
- ½ pound (454 g) nấm trắng hoặc cremini, thái lát
- 1 muỗng canh húng quế tươi xắt nhỏ
- ½ chén hành tây vàng, thái hạt lựu
- 1 muỗng canh oregano tươi băm nhỏ
- 2 tép tỏi, thái nhỏ
- ½ muỗng cà phê muối
- ¼ thìa cà phê tiêu đen mới xay
- 1 chén phô mai mozzarella ít béo, cắt nhỏ
- 1 muỗng canh phô mai parmesan bào

tiêu đề:

Làm nóng lò nướng ở nhiệt độ 190°C (375°F). Cắt một lát ½ inch ở đầu mỗi quả cà chua. Đặt bột giấy vào một cái bát, để lại ½ inch vỏ cà chua bên trong. Đặt cà chua lên khay nướng có lót giấy nhôm. Đun nóng dầu ô liu trong chảo chống dính trên lửa vừa.

Thêm nấm, húng quế, hành tây, oregano, tỏi, muối và hạt tiêu đen vào chảo và xào trong 5 phút.

Đổ hỗn hợp vào bát bột cà chua, sau đó thêm phô mai mozzarella và trộn đều. Đổ hỗn hợp vào từng vỏ cà chua, sau đó phủ một lớp Parmesan lên trên. Nướng trong lò đã làm nóng trước 15 phút hoặc cho đến khi phô mai mềm và cà chua mềm. Lấy cà chua nhồi ra khỏi lò và dùng nóng.

Dinh dưỡng (trên 100 gram): 254 calo 14,7 g chất béo 5,2 g carbs 17,5 g protein 783 mg natri

Nhóm nó

Thời gian chuẩn bị: 15 phút.

thời gian để nấu ăn: 5 phút

Khẩu phần: 6

Độ khó: trung bình

Thành phần:

- 4 muỗng canh dầu ô liu, chia
- 4 chén súp lơ với cơm
- 3 tép tỏi băm nhỏ
- Muối và hạt tiêu đen để nếm
- ½ quả dưa chuột lớn, gọt vỏ, bỏ lõi và thái nhỏ
- ½ chén mùi tây Ý xắt nhỏ
- Nước cốt của 1 quả chanh
- 2 muỗng canh hành tím băm nhỏ
- ½ chén lá bạc hà xắt nhỏ
- ½ chén ô liu Kalamata đã rỗ, xắt nhỏ
- 1 chén cà chua bi, cắt làm tư
- 2 chén arugula hoặc lá rau bina
- 2 quả bơ vừa, bóc vỏ, rỗ và thái hạt lựu

tiêu đề:

Đun nóng 2 muỗng canh dầu ô liu trong chảo không dính trên lửa vừa và cao. Thêm cơm súp lơ, tỏi, muối và hạt tiêu đen vào chảo và xào trong 3 phút cho đến khi có mùi thơm. Chuyển chúng vào một cái bát lớn.

Thêm dưa chuột, rau mùi tây, nước cốt chanh, hành tím, bạc hà, ô liu và dầu ô liu còn lại vào bát. Trộn để kết hợp tốt. Đặt bát vào tủ lạnh ít nhất 30 phút.

Lấy bát ra khỏi tủ lạnh. Thêm cà chua bi, rau arugula và bơ vào bát. Nêm gia vị và trộn đều. Phục vụ lạnh.

Dinh dưỡng (trên 100 gram): 198 calo 17,5 g chất béo 6,2 g carbs 4,2 g protein 773 mg natri

Bông cải cay và tim atisô

Thời gian chuẩn bị: 5 phút.

thời gian để nấu ăn: 15 phút

Khẩu phần: 4

Độ khó: trung bình

Thành phần:

- 3 muỗng canh dầu ô liu, chia
- 2 pound (907 g) bông cải xanh tươi
- 3 tép tỏi băm nhỏ
- 1 muỗng cà phê hạt tiêu đỏ
- 1 muỗng cà phê muối, cộng với nhiều hơn để hương vị
- 13,5 oz (383 g) trái atisô
- 1 muỗng canh nước
- 2 muỗng canh giấm rượu vang đỏ
- hạt tiêu đen mới xay, để hương vị

tiêu đề:

Đun nóng 2 muỗng canh dầu ô liu trong chảo không dính ở nhiệt độ trung bình cao. Thêm bông cải xanh, tỏi, ớt đỏ và muối vào chảo và xào trong 5 phút hoặc cho đến khi bông cải xanh mềm.

Thêm tim atisô vào chảo và đun nhỏ lửa thêm 2 phút nữa hoặc cho đến khi mềm. Thêm nước vào chảo và giảm nhiệt xuống thấp. Đậy nắp và nấu trên lửa nhỏ trong 5 phút. Trong khi đó, trộn giấm và 1 muỗng canh dầu ô liu trong một cái bát.

Rưới bông cải xanh nấu chậm và atisô với giấm dầu và rắc muối và tiêu đen. Trộn đều trước khi phục vụ.

Dinh dưỡng (trên 100 gram): 272 calo 21,5 g chất béo 9,8 g carbs 11,2 g protein 736 mg natri

Shakshuka

Thời gian chuẩn bị: 10 phút.

thời gian để nấu ăn: 25 phút

Khẩu phần: 4

Độ khó: Khó

Thành phần:

- 5 muỗng canh dầu ô liu, chia
- 1 quả ớt chuông đỏ, xắt nhỏ
- ½ củ hành vàng nhỏ, thái nhỏ
- 14 oz (397 g) cà chua nghiền, với nước ép
- 6 oz (170 g) rau bina đông lạnh, rã đông và loại bỏ chất lỏng dư thừa
- 1 muỗng cà phê ớt bột hun khói
- 2 tép tỏi thái nhỏ
- 2 muỗng cà phê hạt tiêu đỏ
- 1 muỗng canh nụ bạch hoa, xắt nhỏ
- 1 muỗng canh nước
- 6 quả trứng lớn
- ¼ thìa cà phê tiêu đen mới xay
- ¾ chén phô mai feta hoặc dê, vụn
- ¼ chén mùi tây phẳng tươi hoặc rau mùi, xắt nhỏ

tiêu đề:

Chuẩn bị lò nướng 150 độ C. Đun nóng 2 muỗng canh dầu ô liu trong chảo trên lửa vừa cao. Xào ớt chuông và hành tây trong chảo cho đến khi hành tây trong và hạt tiêu mềm.

Thêm cà chua và nước trái cây, rau bina, ớt chuông, tỏi, mảnh ớt đỏ, nụ bạch hoa, nước và 2 muỗng canh dầu ô liu vào chảo. Trộn đều và đun sôi. Giảm nhiệt xuống thấp, sau đó đậy nắp và đun nhỏ lửa trong 5 phút.

Đánh trứng với nước sốt, chừa một ít khoảng trống giữa mỗi quả trứng, để nguyên quả trứng và rắc hạt tiêu đen mới xay. Nấu cho đến khi trứng chín.

Phết phô mai với trứng và nước sốt rồi nướng trong lò đã làm nóng trước trong 5 phút cho đến khi phô mai sủi bọt và có màu vàng nâu. Trước khi ăn nóng, rưới 1 muỗng canh dầu ô liu còn lại và rắc rau mùi tây lên trên.

Dinh dưỡng (trên 100 gram): 335 calo 26,5 g chất béo 5 g carbs 16,8 g protein 736 mg natri

Tây Ban Nha

Thời gian chuẩn bị: 15 phút.

thời gian để nấu ăn: 50 phút

Khẩu phần: 6

Độ khó: Khó

Thành phần:

- 6 muỗng canh dầu ô liu, chia
- 1 củ hành vàng nhỏ, thái hạt lựu
- 4 chén rau bina xắt nhỏ đông lạnh
- 4 tép tỏi, băm nhỏ
- ½ muỗng cà phê muối
- ½ muỗng cà phê tiêu đen mới xay
- 4 quả trứng lớn, bị đánh tan
- 1 chén phô mai ricotta
- ¾ chén phô mai feta, vụn
- ¼ chén hạt thông

tiêu đề:

Bôi trơn một khay nướng với 2 muỗng canh dầu ô liu. Đặt lò ở 375 độ F. Đun nóng 2 muỗng canh dầu ô liu trong chảo không dính trên lửa vừa và cao. Cho hành tây vào chảo và xào trong 6 phút hoặc cho đến khi trong và mềm.

Thêm rau bina, tỏi, muối và hạt tiêu đen vào chảo và xào thêm 5 phút nữa. Đặt chúng vào một cái bát và đặt sang một bên. Trộn trứng đã đánh và phô mai ricotta trong một bát riêng, sau đó đổ vào bát cùng với hỗn hợp rau bina. Trộn đều.

Đổ hỗn hợp vào chảo và nghiêng chảo để hỗn hợp phủ đều đáy. Nướng cho đến khi nó bắt đầu đông lại. Lấy khay nướng ra khỏi lò và phết feta và hạt thông lên trên, sau đó rưới 2 thìa dầu ô liu còn lại lên trên.

Cho chảo trở lại lò nướng và nướng thêm 15 phút nữa hoặc cho đến khi mặt trên có màu vàng nâu. Lấy chảo ra khỏi lò. Để spanakopita nguội trong vài phút và cắt lát trước khi ăn.

Dinh dưỡng (trên 100 gram): 340 calo 27,3 g chất béo 10,1 g carbs 18,2 g protein 781 mg natri

tagine

Thời gian chuẩn bị: 20 phút.
thời gian để nấu ăn: 60 phút
Khẩu phần: 6
Độ khó: trung bình

Thành phần:

- ½ chén dầu ô liu
- 6 cọng cần tây, cắt thành hình lưỡi liềm ¼ inch
- 2 củ hành vàng vừa, thái lát
- 1 muỗng cà phê thì là
- ½ muỗng cà phê bột quế
- 1 muỗng cà phê bột gừng
- 6 tép tỏi băm
- ½ muỗng cà phê ớt bột
- 1 muỗng cà phê muối
- ¼ thìa cà phê tiêu đen mới xay
- 2 chén nước luộc rau ít natri
- 2 quả bí vừa, cắt thành nửa inch dày
- 2 chén súp lơ, cắt thành hoa
- 1 quả cà tím vừa, cắt thành khối 1 inch
- 1 chén ô liu xanh, giảm một nửa và đọ sức
- 13,5 oz (383 g) tim atisô, để ráo nước và cắt làm tư
- ½ chén lá ngò tươi, xắt nhỏ, để trang trí
- ½ cốc sữa chua Hy Lạp tự nhiên, để trang trí

- ½ chén rau mùi tây phẳng tươi xắt nhỏ, để trang trí

tiêu đề:

Đun nóng dầu ô liu trong chảo trên lửa vừa. Thêm cần tây và hành tây vào nồi và xào trong 6 phút. Thêm thìa là, quế, gừng, tỏi, ớt bột, muối và hạt tiêu đen vào nồi và đun nhỏ lửa thêm 2 phút nữa cho đến khi dậy mùi thơm.

Đổ nước luộc rau vào nồi và đun sôi. Giảm nhiệt xuống thấp và đặt bí xanh, súp lơ và cà tím lên băng ghế. Đậy nắp và đun nhỏ lửa trong 30 phút hoặc cho đến khi rau mềm. Sau đó cho ô liu và tim atisô vào đun nhỏ lửa thêm 15 phút nữa. Đổ chúng vào một cái bát lớn hoặc tagine và phục vụ với rau mùi, sữa chua Hy Lạp và rau mùi tây.

Dinh dưỡng (trên 100 gram): 312 calo 21,2 g chất béo 9,2 g carbs 6,1 g protein 813 mg natri

Quả hồ trăn và măng tây

Thời gian chuẩn bị: 10 phút.

thời gian để nấu ăn: 10 phút

Khẩu phần: 4

Độ khó: Khó

Thành phần:

- Vỏ và nước ép của 2 quả quýt hoặc 1 quả cam
- Vỏ và nước cốt của 1 quả chanh
- 1 muỗng canh giấm rượu vang đỏ
- 3 muỗng canh dầu ô liu nguyên chất, chia
- 1 muỗng cà phê muối, chia
- ¼ thìa cà phê tiêu đen mới xay
- ½ chén quả hồ trăn đã bóc vỏ
- 1 pound (454 g) măng tây tươi, xắt nhỏ
- 1 muỗng canh nước

tiêu đề:

Trộn clementine và vỏ chanh và nước trái cây, giấm, 2 muỗng canh dầu ô liu, ½ muỗng cà phê muối và hạt tiêu đen. Trộn đều. Bạn đặt nó sang một bên, bạn bỏ qua nó.

Nướng quả hồ trăn trong chảo chống dính trên lửa vừa và cao trong 2 phút hoặc cho đến khi vàng nâu. Chuyển quả hồ trăn đã rang sang một bề mặt làm việc sạch sẽ và cắt chúng thành những khối lớn. Trộn quả hồ trăn với hỗn hợp cam quýt. Bạn đặt nó sang một bên, bạn bỏ qua nó.

Đun nóng dầu ô liu còn lại trong chảo không dính trên lửa vừa và cao. Thêm măng tây vào chảo và chiên trong 2 phút, sau đó nêm muối còn lại. Thêm nước vào chảo. Vặn nhiệt xuống thấp và đậy nắp. Đun nhỏ lửa trong 4 phút cho đến khi măng tây mềm.

Vớt măng tây ra đĩa lớn. Đổ hỗn hợp cam quýt và quả hồ trăn lên măng tây. Áo khoác tốt trước khi phục vụ.

Dinh dưỡng (trên 100 gram): 211 calo 17,5 g chất béo 3,8 g carbs 5,9 g protein 901 mg natri

Cà tím nhồi cà chua và mùi tây

Thời gian chuẩn bị: 15 phút.

thời gian để nấu ăn: 2 giờ 10 phút

Khẩu phần: 6

Độ khó: trung bình

Thành phần:

- ¼ chén dầu ô liu nguyên chất
- 3 quả cà tím nhỏ hơn, cắt làm đôi theo chiều dọc
- 1 muỗng cà phê muối biển
- ½ muỗng cà phê tiêu đen mới xay
- 1 củ hành vàng lớn, thái nhỏ
- 4 tép tỏi, băm nhỏ
- 15 oz (425 g) cà chua thái hạt lựu với nước ép
- ¼ chén rau mùi tây phẳng tươi, thái nhỏ

tiêu đề:

Đặt miếng chèn vào nồi nấu chậm với 2 muỗng canh dầu ô liu. Cắt một vài khe ở mặt cắt của nửa quả cà tím, để lại khoảng cách ¼ inch giữa mỗi khe. Đặt nửa quả cà tím vào nồi nấu chậm, mặt da úp xuống. Rắc muối và hạt tiêu đen.

Đun nóng dầu ô liu còn lại trong chảo không dính trên lửa vừa và cao. Thêm hành tây và tỏi vào chảo và nấu trong 3 phút hoặc cho đến khi hành tây trong mờ.

Thêm rau mùi tây và cà chua với nước ép của chúng vào chảo và rắc muối và hạt tiêu đen. Đun nhỏ lửa thêm 5 phút hoặc cho đến khi mềm. Chia và muỗng hỗn hợp vào chảo trên nửa quả cà tím.

Đậy nắp nồi nấu chậm và nấu ở mức CAO trong 2 giờ cho đến khi cà tím mềm. Chuyển cà tím ra đĩa và để nguội trong vài phút trước khi ăn.

Dinh dưỡng (trên 100 gram): 455 calo 13 g chất béo 14 g carbs 14 g protein 719 mg natri

xúp rau

Thời gian chuẩn bị: 15 phút.

Thời gian nấu: 7 giờ.

Khẩu phần: 6

Độ khó: trung bình

Thành phần:

- 3 muỗng canh dầu ô liu nguyên chất
- 1 quả cà tím lớn, chưa gọt vỏ và thái lát
- 2 củ hành lớn, thái lát
- 4 quả bí xanh nhỏ, thái lát
- 2 quả ớt chuông xanh
- 6 quả cà chua lớn, cắt thành lát nửa inch
- 2 muỗng canh mùi tây phẳng tươi, thái nhỏ
- 1 muỗng cà phê húng quế khô
- 2 tép tỏi, thái nhỏ
- 2 muỗng cà phê muối biển
- ¼ thìa cà phê tiêu đen mới xay

Tiêu đề:

Đổ đầy nồi nấu chậm với 2 muỗng canh dầu ô liu. Đặt xen kẽ các loại rau đã thái lát, xắt nhỏ và thái lát vào miếng chèn nồi nấu chậm. Trải rau với rau mùi tây và nêm húng quế, tỏi, muối và hạt tiêu đen. Mưa phùn với dầu ô liu còn lại. Đậy nắp và nấu ở mức THẤP trong 7 giờ cho đến khi rau mềm. Bày rau ra đĩa và dùng nóng.

Dinh dưỡng (trên 100 gram): 265 calo 1,7 g chất béo 13,7 g carbs 8,3 g protein 800 mg natri

nhà đá quý

Thời gian chuẩn bị: 15 phút.

Thời gian nấu: 4 giờ.

Khẩu phần: 4

Độ khó: trung bình

Thành phần:

- 2 muỗng canh dầu ô liu nguyên chất
- 4 quả ớt chuông lớn, bất kỳ màu nào
- ½ chén couscous thô
- 1 muỗng cà phê oregano
- 1 nhánh tỏi băm
- 1 chén phô mai feta vụn
- 1 lon (15 oz/425 g) đậu cannellini, rửa sạch và để ráo nước
- Muối và hạt tiêu cho vừa ăn
- 1 lát chanh
- 4 củ hành xanh, tách riêng phần trắng và xanh, thái lát mỏng

Tiêu đề:

Cắt một lát ½ inch bên dưới cuống từ đầu quả ớt chuông. Chỉ loại bỏ thân cây, cắt phần trên dưới thân cây và để riêng trong một cái bát. Dùng thìa múc ớt chuông ra. Mỡ nồi nấu chậm bằng dầu.

Thêm phần còn lại của các thành phần, ngoại trừ phần xanh của hành lá và chanh, trên ớt chuông xắt nhỏ. Trộn đều. Đổ hỗn hợp vào hạt tiêu rỗng và đặt ớt đã nhồi vào nồi nấu chậm, sau đó rưới thêm dầu ô liu.

Đậy nắp nồi nấu chậm và nấu ở chế độ CAO trong 4 giờ hoặc cho đến khi ớt mềm.

Lấy ớt chuông ra khỏi nồi nấu chậm và bày ra đĩa. Trước khi phục vụ, rắc phần xanh của hành lá và vắt chanh lên trên.

Dinh dưỡng (trên 100 gram): 246 calo 9 g chất béo 6,5 g carbs 11,1 g protein 698 mg natri

bắp cải dồn thịt

Thời gian chuẩn bị: 15 phút.

Thời gian nấu: 2 giờ.

Khẩu phần: 4

Độ khó: Khó

Thành phần:

- 4 muỗng canh dầu ô liu, chia
- 1 bắp cải xanh lớn, bỏ lõi
- 1 củ hành vàng lớn, thái nhỏ
- 3 oz (85 g) phô mai feta, vụn
- ½ chén nho khô
- 3 chén lúa mạch ngọc trai nấu chín
- 2 muỗng canh mùi tây phẳng tươi, thái nhỏ
- 2 muỗng canh hạt thông nướng
- ½ muỗng cà phê muối biển
- ½ muỗng cà phê tiêu đen
- 15 oz (425 g) cà chua nghiền, với nước ép
- 1 muỗng canh giấm táo
- ½ chén nước ép táo

tiêu đề:

Chải phần chèn của nồi nấu chậm bằng 2 muỗng canh dầu ô liu. Chần bắp cải trong nồi nước trong 8 phút. Lấy ra khỏi nước và đặt sang một bên, sau đó tách 16 lá ra khỏi bắp cải. Bạn đặt nó sang một bên, bạn bỏ qua nó.

Đổ dầu ô liu còn lại vào chảo chống dính và đun nóng trên lửa vừa. Thêm hành tây vào chảo và nấu cho đến khi hành tây và ớt chuông mềm. Chuyển hành tây vào một cái bát.

Thêm phô mai feta, quả lý chua, lúa mạch, rau mùi tây và hạt thông vào bát hành đã nấu chín, sau đó rắc ¼ thìa cà phê muối và ¼ thìa cà phê tiêu đen.

Đặt lá bắp cải trên một bề mặt làm việc sạch sẽ. Múc 1/3 chén hỗn hợp vào giữa mỗi đĩa, sau đó gấp mép trên hỗn hợp và cuộn lại. Đặt các cuộn bắp cải vào nồi nấu chậm, mặt đường may úp xuống.

Kết hợp các thành phần còn lại trong một bát riêng, sau đó đổ hỗn hợp lên cuộn bắp cải. Đậy nắp nồi nấu chậm và nấu ở mức CAO trong 2 giờ. Lấy cuộn bắp cải ra khỏi nồi nấu chậm và dùng nóng.

Dinh dưỡng (trên 100 gram): 383 calo 14,7 g chất béo 12,9 g carbs 10,7 g protein 838 mg natri

Cải Brussels với men balsamic

Thời gian chuẩn bị: 15 phút.

Thời gian nấu: 2 giờ.

Khẩu phần: 6

Độ khó: trung bình

Thành phần:

- Men balsamic:
- 1 chén giấm balsamic
- ¼ chén mật ong
- 2 muỗng canh dầu ô liu nguyên chất
- 2 pound (907 g) cải Brussels, cắt tỉa và giảm một nửa
- 2 chén nước luộc rau ít natri
- 1 muỗng cà phê muối biển
- hạt tiêu đen mới xay, để hương vị
- ¼ chén phô mai Parmesan nạo
- ¼ chén hạt thông

tiêu đề:

Làm giấm balsamic: Trộn giấm balsamic và mật ong trong một cái chảo. Trộn đều. Đun sôi ở nhiệt độ trung bình cao. Giảm nhiệt xuống thấp và nấu trong 20 phút hoặc cho đến khi lớp men giảm đi một nửa và đặc lại. Đổ một ít dầu ô liu vào phần chèn của nồi nấu chậm.

Cho cải Brussels, nước luộc rau và ½ muỗng cà phê muối vào nồi nấu chậm, khuấy đều. Đậy nắp nồi nấu chậm và nấu ở mức CAO trong 2 giờ cho đến khi cải Brussels mềm.

Đặt cải Brussels vào đĩa và rắc muối và hạt tiêu đen còn lại để làm gia vị. Phết men balsamic lên cải Brussels, sau đó dùng kèm với phô mai Parmesan và hạt thông.

Dinh dưỡng (trên 100 gram): 270 calo 10,6 g chất béo 6,9 g carbs 8,7 g protein 693 mg natri

Salad rau bina với dầu giấm cam quýt

Thời gian chuẩn bị: 10 phút.

thời gian để nấu ăn: 0 phút

Khẩu phần: 4

Độ khó: Dễ

Thành phần:

- Giấm cam quýt:
- ¼ chén dầu ô liu nguyên chất
- 3 muỗng canh giấm balsamic
- ½ muỗng cà phê vỏ chanh tươi
- ½ muỗng cà phê muối
- Xa lát:
- 1 pound (454 g) cải bó xôi non, rửa sạch và bỏ cuống
- 1 quả cà chua chín lớn, cắt thành miếng ¼-inch
- 1 củ hành đỏ vừa, thái lát mỏng

tiêu đề:

Làm nước sốt cam quýt: Đánh đều dầu ô liu, giấm balsamic, vỏ chanh và muối trong một cái bát cho đến khi kết hợp tốt.

Chuẩn bị món salad: cho rau bina non, cà chua và hành tây vào một bát salad riêng. Quăng salad với giấm cam quýt và đảo nhẹ nhàng cho đến khi rau được phủ đều.

Dinh dưỡng (trên 100 gram): 173 calo 14,2 g chất béo 4,2 g carbs 4,1 g protein 699 mg natri

Salad cần tây và cam đơn giản

Thời gian chuẩn bị: 15 phút.

thời gian để nấu ăn: 0 phút

Khẩu phần: 6

Độ khó: Dễ

Thành phần:

- <u>Xa lát:</u>
- 3 cọng cần tây, bao gồm cả lá, cắt theo đường chéo thành lát ½ inch
- ½ chén ô liu xanh
- ¼ chén hành tím thái lát
- 2 quả cam lớn, bóc vỏ và thái lát
- <u>Băng bó:</u>
- 1 muỗng canh dầu ô liu nguyên chất
- 1 muỗng canh nước cốt chanh hoặc cam
- 1 muỗng canh nước muối ô liu
- ¼ thìa cà phê muối biển hoặc muối kosher
- ¼ thìa cà phê tiêu đen mới xay

tiêu đề:

Chuẩn bị món salad: Đặt cọng cần tây, ô liu xanh, hành tây và cam vào một cái bát cạn. Trộn đều và để yên.

Chuẩn bị nước xốt: Trộn đều dầu ô liu, nước cốt chanh, nước ô liu, muối và hạt tiêu.

Đổ nước sốt vào bát salad và đảo nhẹ cho đến khi nước sốt được phủ hoàn toàn.

Phục vụ lạnh hoặc ở nhiệt độ phòng.

Dinh dưỡng (trên 100 gram): 24 calo 1,2 g chất béo 1,2 g carbs 1,1 g protein 813 mg natri

cuộn cà tím chiên

Thời gian chuẩn bị: 20 phút.

thời gian để nấu ăn: 10 phút

Khẩu phần: 6

Độ khó: trung bình

Thành phần:

- 2 quả cà tím lớn
- 1 muỗng cà phê muối
- 1 chén phô mai ricotta bào
- 4 oz (113 g) phô mai dê, nạo
- ¼ chén húng quế tươi thái nhỏ
- ½ muỗng cà phê tiêu đen mới xay
- phun dầu Olive

tiêu đề:

Đặt các lát cà tím vào lưới lọc và muối. Để yên trong 15-20 phút.

Kết hợp phô mai ricotta và dê, húng quế và hạt tiêu đen trong một bát lớn và trộn đều. Bạn đặt nó sang một bên, bạn bỏ qua nó. Thấm khô các lát cà tím bằng khăn giấy và xịt nhẹ dầu ô liu.

Đun nóng chảo lớn trên lửa vừa và xịt nhẹ dầu ô liu. Xếp các lát cà tím vào chảo và chiên cho đến khi vàng nâu cả hai mặt trong 3 phút.

Tắt bếp cho vào đĩa có lót khăn giấy và để yên trong 5 phút. Làm cà tím cuộn: Đặt các lát cà tím trên một bề mặt phẳng và phủ một thìa hỗn hợp phô mai đã chuẩn bị lên trên mỗi lát. Cuộn lên và phục vụ ngay lập tức.

Dinh dưỡng (trên 100 gram): 254 calo 14,9 g chất béo 7,1 g carbs 15,3 g protein 612 mg natri

Cơm gạo lứt rau củ nướng

Thời gian chuẩn bị: 15 phút.
thời gian để nấu ăn: 20 phút
Khẩu phần: 4
Độ khó: trung bình

Thành phần:

- 2 chén hoa súp lơ
- 2 chén bông cải xanh
- 1 lon (15 oz / 425 g) đậu xanh
- 1 chén cà rốt lát (dày khoảng 1 inch)
- 2-3 muỗng canh dầu ô liu nguyên chất, chia
- Muối và hạt tiêu đen để nếm
- Dầu xịt chống dính
- 2 chén gạo lứt nấu chín
- 3 muỗng canh mè
- <u>Băng bó:</u>
- 3-4 muỗng canh tahini
- 2 thìa mật ong
- Nước cốt của 1 quả chanh
- 1 nhánh tỏi băm
- Muối và hạt tiêu đen để nếm

tiêu đề:

Chuẩn bị lò nướng ở 205 C. Xịt hai tấm nướng bằng bình xịt chống dính.

Đặt súp lơ và bông cải xanh vào khay đầu tiên, và các lát đậu gà và cà rốt vào khay thứ hai.

Rưới mỗi tờ một nửa dầu ô liu và rắc muối và tiêu. Toss để áo khoác tốt.

Nướng các lát đậu xanh và cà rốt trong lò đã làm nóng trước trong 10 phút, để cà rốt trở nên giòn, súp lơ và bông cải xanh cho đến khi mềm trong 20 phút. Khuấy chúng một lần trong nửa thời gian nấu.

Trong khi đó, chuẩn bị nước xốt: Trong một bát nhỏ, trộn tahini, mật ong, nước cốt chanh, tỏi, muối và hạt tiêu.

Chia gạo lứt đã nấu thành bốn bát. Rải đều từng bát với rau nướng và nước sốt. Trước khi ăn rắc vừng rang lên trên để trang trí.

Dinh dưỡng (trên 100 gram): 453 calo 17,8 g chất béo 11,2 g carbs 12,1 g protein 793 mg natri

Súp lơ với cà rốt băm nhỏ

Thời gian chuẩn bị: 10 phút.

thời gian để nấu ăn: 10 phút

Khẩu phần: 4

Độ khó: Dễ

Thành phần:

- 3 muỗng canh dầu ô liu nguyên chất
- 1 củ hành lớn thái nhỏ
- 1 muỗng canh tỏi băm
- 2 chén cà rốt xắt nhỏ
- 4 chén hoa súp lơ
- ½ muỗng cà phê thì là
- 1 muỗng cà phê muối

tiêu đề:

Đun nóng dầu ô liu trên lửa vừa. Trộn hành tây và tỏi và chiên trong 1 phút. Thêm cà rốt và chiên trong 3 phút. Thêm hoa súp lơ, thìa là và muối và trộn đều.

Đậy nắp và nướng trong 3 phút cho đến khi có màu nâu nhạt. Trộn đều và nấu không đậy nắp trong 3-4 phút cho đến khi mềm. Tắt bếp và dùng nóng.

Dinh dưỡng (trên 100 gram): 158 calo 10,8 g chất béo 5,1 g carbs 3,1 g protein 813 mg natri

Zucchini khối với tỏi và bạc hà

Thời gian chuẩn bị: 5 phút.

thời gian để nấu ăn: 10 phút

Khẩu phần: 4

Độ khó: Dễ

Thành phần:

- 3 quả bí xanh lớn
- 3 muỗng canh dầu ô liu nguyên chất
- 1 củ hành lớn thái nhỏ
- 3 nhánh tỏi băm nhỏ
- 1 muỗng cà phê muối
- 1 muỗng cà phê bạc hà khô

tiêu đề:

Đun nóng dầu ô liu trong chảo lớn trên lửa vừa.

Cho hành tây và tỏi vào xào trong 3 phút, khuấy liên tục hoặc cho đến khi mềm.

Thêm các khối zucchini và muối và nấu trong 5 phút hoặc cho đến khi zucchini có màu nâu vàng và mềm.

Thêm bạc hà vào chảo, khuấy và nấu thêm 2 phút nữa. Phục vụ nóng.

Dinh dưỡng (trên 100 gram): 146 calo 10,6 g chất béo 3 g carbs 4,2 g protein 789 mg natri

Zucchini và món atisô với faro

Thời gian chuẩn bị: 15 phút.
thời gian để nấu ăn: 10 phút
Khẩu phần: 6
Độ khó: Dễ

Thành phần:

- 1/3 chén dầu ô liu nguyên chất
- 1/3 chén hành tím xắt nhỏ
- ½ chén ớt chuông đỏ xắt nhỏ
- 2 tép tỏi, thái nhỏ
- 1 chén zucchini, thái lát dày nửa inch
- ½ chén atisô xắt nhỏ
- ½ chén đậu xanh đóng hộp, để ráo nước và rửa sạch
- 3 chén faro nấu chín
- Muối và hạt tiêu đen để nếm
- ½ chén phô mai feta vụn, để phục vụ (tùy chọn)
- ¼ chén ô liu thái lát, để phục vụ (tùy chọn)
- 2 muỗng canh húng quế tươi, chiffon, để phục vụ (tùy chọn)
- 3 muỗng canh giấm balsamic, để phục vụ (tùy chọn)

tiêu đề:

Trong một cái chảo lớn, đun nóng dầu ô liu trên lửa vừa cho đến khi sáng bóng. Khuấy hành tây, ớt chuông và tỏi và nấu trong 5 phút, thỉnh thoảng khuấy cho đến khi mềm.

Thêm các lát zucchini, atisô và đậu xanh và đun nhỏ lửa trong khoảng 5 phút, cho đến khi hơi mềm. Thêm faro nấu chín và khuấy cho đến khi nóng qua. Nêm với muối và hạt tiêu.

Chia hỗn hợp vào bát. Trải đều mỗi bát với phô mai feta, ô liu thái lát và húng quế, và rưới giấm balsamic nếu cần.

Dinh dưỡng (trên 100 gram): 366 calo 19,9 g chất béo 9 g carbs 9,3 g protein 819 mg natri

5 Nguyên liệu làm món bí ngòi rán

Thời gian chuẩn bị: 15 phút.
thời gian để nấu ăn: 5 phút
Khẩu phần: 14
Độ khó: trung bình

Thành phần:

- 4 chén zucchini nghiền
- muối để hương vị
- 2 quả trứng lớn, đánh nhẹ
- 1/3 chén hành lá thái nhỏ
- 2/3 bột mì đa dụng
- 1/8 muỗng cà phê tiêu đen
- 2 muỗng canh dầu ô liu

tiêu đề:

Đặt zucchini bào vào lưới lọc và thêm một chút muối. Để yên trong 10 phút. Hấp thụ càng nhiều chất lỏng càng tốt từ zucchini nghiền.

Đổ zucchini bào vào một cái bát. Thêm trứng đã đánh, hành lá, bột mì, muối và hạt tiêu và trộn đều.

Đun nóng dầu ô liu trong chảo lớn trên lửa vừa.

Thêm 3 muỗng canh hỗn hợp zucchini vào chảo nóng để tạo thành từng miếng rán, dùng muỗng xới nhẹ xung quanh và cách nhau khoảng 2 inch.

Nấu trong 2-3 phút. Lật miếng bí ngòi và nấu thêm 2 phút nữa hoặc cho đến khi có màu vàng nâu và chín đều.

Tắt bếp cho lên đĩa có lót khăn giấy. Lặp lại với hỗn hợp zucchini còn lại. Phục vụ nóng.

Dinh dưỡng (trên 100 gram): 113 calo 6,1 g chất béo 9 g carbs 4 g protein 793 mg natri

Tagine Ma-rốc với rau

Thời gian chuẩn bị: 20 phút.
thời gian để nấu ăn: 40 phút
Khẩu phần: 2
Độ khó: trung bình

Thành phần:

- 2 muỗng canh dầu ô liu
- ½ củ hành tây, xắt nhỏ
- 1 nhánh tỏi băm
- 2 chén hoa súp lơ
- 1 củ cà rốt vừa, cắt thành miếng 1 inch
- 1 chén cà tím thái hạt lựu
- 1 lon nước ép cà chua nguyên chất
- 1 lon (15 oz / 425 g) đậu xanh
- 2 củ khoai tây đỏ nhỏ
- 1 cốc nước
- 1 muỗng cà phê xi-rô cây phong nguyên chất
- ½ thìa cà phê quế
- ½ muỗng cà phê bột nghệ
- 1 muỗng cà phê thì là
- ½ muỗng cà phê muối
- 1-2 muỗng cà phê bột harissa

tiêu đề:

Đun nóng dầu ô liu trong chảo trên lửa vừa cao. Xào hành tây trong 5 phút, thỉnh thoảng khuấy hoặc cho đến khi hành tây trong mờ.

Thêm tỏi, súp lơ, cà rốt, cà tím, cà chua và khoai tây. Chia cà chua thành những miếng nhỏ hơn bằng thìa gỗ.

Thêm đậu xanh, nước, xi-rô cây phong, quế, nghệ, thì là và muối và khuấy đều để kết hợp. để nó sôi

Khi đã sẵn sàng, giảm nhiệt xuống mức trung bình thấp. Thêm bột harissa, đậy nắp và đun nhỏ lửa trong khoảng 40 phút hoặc cho đến khi rau mềm. Nêm nếm gia vị cho vừa ăn. Hãy nghỉ ngơi trước khi phục vụ.

Dinh dưỡng (trên 100 gram): 293 calo 9,9 g chất béo 12,1 g carbs 11,2 g protein 811 mg natri

Đậu xanh và salad bọc cần tây

Thời gian chuẩn bị: 10 phút.
thời gian để nấu ăn: 0 phút
Khẩu phần: 4
Độ khó: Dễ

Thành phần:

- 1 lon (15 oz/425 g) đậu gà ít natri
- 1 nhánh cần tây, thái lát mỏng
- 2 muỗng canh hành tím băm nhỏ
- 2 muỗng canh tahini không muối
- 3 muỗng canh mù tạt và mật ong
- 1 muỗng canh bạch hoa, không thoát nước
- 12 lá xà lách bơ

tiêu đề:

Nghiền đậu xanh trong bát bằng máy nghiền khoai tây hoặc bằng mặt sau của nĩa cho đến khi gần như mịn. Thêm cần tây, hành tím, tahini, mù tạt và nụ bạch hoa vào bát và khuấy cho đến khi kết hợp tốt.

Đối với mỗi phần, đặt ba lá rau diếp chồng lên nhau trên đĩa và đổ ¼ lượng sốt hummus lên trên, sau đó cuộn lại. Lặp lại với các lá rau diếp khác và hỗn hợp đậu xanh.

Dinh dưỡng (trên 100 gram): 182 calo 7,1 g chất béo 3 g carbs 10,3 g protein 743 mg natri

Rau củ xiên nướng

Thời gian chuẩn bị: 15 phút.
thời gian để nấu ăn: 10 phút
Khẩu phần: 4
Độ khó: **Dễ**

Thành phần:

- 4 củ hành đỏ vừa, bóc vỏ và cắt thành 6 lát
- 4 quả bí vừa, cắt thành lát dày 1 inch
- 2 quả cà chua thịt bò, làm tư
- 4 quả ớt chuông đỏ
- 2 quả ớt chuông màu cam
- 2 quả ớt chuông vàng
- 2 muỗng canh cộng với 1 muỗng cà phê dầu ô liu

tiêu đề:

Làm nóng vỉ nướng ở nhiệt độ trung bình cao. Xỏ các loại rau xen kẽ với hành tím, bí xanh, cà chua và ớt chuông màu khác nhau. Chải với 2 muỗng canh dầu ô liu.

Bôi dầu lên vỉ nướng với 1 thìa cà phê dầu ô liu và nướng các xiên rau củ trong 5 phút. Lật xiên lại và nướng thêm 5 phút nữa hoặc cho đến khi chín theo ý thích của bạn. Để xiên nguội trong 5 phút trước khi ăn.

Dinh dưỡng (trên 100 gram): 115 calo 3 g chất béo 4,7 g carbs 3,5 g protein 647 mg natri

Nhồi nấm Portobello với cà chua

Thời gian chuẩn bị: 10 phút.

thời gian để nấu ăn: 15 phút

Khẩu phần: 4

Độ khó: trung bình

Thành phần:

- 4 mũ nấm portobello lớn
- 3 muỗng canh dầu ô liu nguyên chất
- Muối và hạt tiêu đen để nếm
- 4 quả cà chua khô
- 1 chén phô mai mozzarella cắt nhỏ, chia
- ½ đến ¾ chén nước sốt cà chua ít natri

tiêu đề:

Làm nóng vỉ nướng ở nhiệt độ cao. Đặt mũ nấm lên khay nướng có lót giấy nướng và rưới dầu ô liu lên. Thêm muối và tiêu. Nướng trong 10 phút, lật nửa chừng mũ nấm cho đến khi mặt trên có màu vàng nâu.

Loại bỏ khỏi vỉ nướng. Đổ 1 quả cà chua, 2 thìa phô mai và 2-3 thìa nước sốt lên mỗi mũ nấm. Đặt mũ nấm trở lại vỉ nướng và tiếp tục nướng trong 2-3 phút. Để nguội trong 5 phút trước khi phục vụ.

Dinh dưỡng (trên 100 gram): 217 calo 15,8 g chất béo 9 g carbs 11,2 g protein 793 mg natri

Lá bồ công anh héo với hành ngọt

Thời gian chuẩn bị: 15 phút.

thời gian để nấu ăn: 15 phút

Khẩu phần: 4

Độ khó: Dễ

Thành phần:

- 1 muỗng canh dầu ô liu nguyên chất
- 2 tép tỏi, thái nhỏ
- 1 củ hành Vidalia, thái lát mỏng
- ½ chén nước luộc rau ít natri
- 2 bó lá bồ công anh, xắt nhỏ
- hạt tiêu đen mới xay, để hương vị

tiêu đề:

Đun nóng dầu ô liu trong chảo lớn trên lửa nhỏ. Thêm tỏi và hành tây và nấu trong 2-3 phút, thỉnh thoảng khuấy hoặc cho đến khi hành tây trong mờ.

Thêm nước dùng rau và lá bồ công anh và nấu trong 5-7 phút cho đến khi mềm, khuấy thường xuyên. Rắc hạt tiêu đen và phục vụ trên đĩa nóng.

Dinh dưỡng (trên 100 gram): 81 calo 3,9 g chất béo 4 g carbs 3,2 g protein 693 mg natri

Cần tây và cải bẹ xanh

Thời gian chuẩn bị: 10 phút.

thời gian để nấu ăn: 15 phút

Khẩu phần: 4

Độ khó: trung bình

Thành phần:

- ½ chén nước luộc rau ít natri
- 1 cọng cần tây, đại khái xắt nhỏ
- ½ củ hành ngọt thái nhỏ
- ½ quả ớt chuông đỏ lớn, thái lát mỏng
- 2 tép tỏi, thái nhỏ
- 1 bó cải xanh, xắt nhỏ

tiêu đề:

Đổ nước dùng rau củ vào chảo gang lớn và đun sôi trên lửa vừa. Thêm cần tây, hành tây, ớt chuông và tỏi. Nấu không đậy nắp trong khoảng 3-5 phút.

Thêm cải xanh vào chảo và trộn đều. Giảm nhiệt và nấu cho đến khi chất lỏng bay hơi và rau mềm. Tắt bếp và dùng nóng.

Dinh dưỡng (trên 100 gram): 39 calo 3,1 g protein 6,8 g carbs 3 g protein 736 mg natri

Trứng bác với rau và đậu phụ

Thời gian chuẩn bị: 5 phút.

thời gian để nấu ăn: 10 phút
Khẩu phần: 2
Độ khó: Dễ

Thành phần:

- 2 muỗng canh dầu ô liu nguyên chất
- ½ củ hành đỏ, thái nhỏ
- 1 chén cải xoăn xắt nhỏ
- 8 oz (227 g) nấm, thái lát
- 8 oz (227 g) đậu phụ, thái hạt lựu
- 2 tép tỏi, thái nhỏ
- 1 nhúm mảnh ớt đỏ
- ½ muỗng cà phê muối biển
- 1/8 muỗng cà phê tiêu đen mới xay

tiêu đề:

Đun nóng dầu ô liu trong chảo chống dính ở nhiệt độ trung bình cao cho đến khi sủi bọt. Thêm hành tây, cải xoăn và nấm vào chảo. Nấu và khuấy không đều hoặc cho đến khi rau bắt đầu chuyển sang màu nâu.

Thêm đậu phụ và nấu trong 3-4 phút cho đến khi mềm. Thêm tỏi, hạt tiêu đỏ, muối và hạt tiêu đen và nấu trong 30 giây. Hãy nghỉ ngơi trước khi phục vụ.

Dinh dưỡng (trên 100 gram): 233 calo 15,9 g chất béo 2 g carbs 13,4 g protein 733 mg natri

mì gói đơn giản

Thời gian chuẩn bị: 10 phút.

thời gian để nấu ăn: 5 phút

Khẩu phần: 2

Độ khó: Dễ

Thành phần:

- 2 muỗng canh dầu bơ
- 2 zucchini vừa, xoắn ốc
- ¼ muỗng cà phê muối
- hạt tiêu đen mới xay, để hương vị

tiêu đề:

Đun nóng dầu bơ trong chảo lớn trên lửa vừa cho đến khi lung linh. Thêm mì zucchini, muối và hạt tiêu đen vào chảo và phủ lên trên. Nấu và khuấy liên tục cho đến khi mềm. Phục vụ nóng.

Dinh dưỡng (trên 100 gram): 128 calo 14 g chất béo 0,3 g carbs 0,3 g protein 811 mg natri

Rau mầm đậu lăng và cà chua

Thời gian chuẩn bị: 15 phút.
thời gian để nấu ăn: 0 phút
Khẩu phần: 4
Độ khó: Dễ

Thành phần:

- 2 chén đậu lăng nấu chín
- 5 quả cà chua Roma thái hạt lựu
- ½ chén phô mai feta vụn
- 10 lá húng quế tươi lớn thái lát mỏng
- ¼ chén dầu ô liu nguyên chất
- 1 muỗng canh giấm balsamic
- 2 tép tỏi, thái nhỏ
- ½ muỗng cà phê mật ong nguyên chất
- ½ muỗng cà phê muối
- ¼ thìa cà phê tiêu đen mới xay
- 4 lá bắp cải lớn, bỏ cuống

tiêu đề:

Kết hợp đậu lăng, cà chua, phô mai, lá húng quế, dầu ô liu, giấm, tỏi, mật ong, muối và hạt tiêu đen và trộn đều.

Đặt lá bắp cải trên một bề mặt làm việc bằng phẳng. Thìa một lượng bằng nhau của hỗn hợp đậu lăng lên các cạnh của lá. Cuộn lại và phục vụ cắt làm đôi.

Dinh dưỡng (trên 100 gram): 318 calo 17,6 g chất béo 27,5 g carbs 13,2 g protein 800 mg natri

Đĩa rau Địa Trung Hải

Thời gian chuẩn bị: 10 phút.
thời gian để nấu ăn: 20 phút
Khẩu phần: 4
Độ khó: trung bình

Thành phần:

- 2 cốc nước
- 1 chén số 3 lúa mì bulgur hoặc quinoa, rửa sạch
- 1½ muỗng cà phê muối, chia
- 1 pint (2 cốc) cà chua bi, giảm một nửa
- 1 quả ớt chuông lớn, xắt nhỏ
- 1 quả dưa chuột lớn, xắt nhỏ
- 1 chén ô liu Kalamata
- ½ chén nước cốt chanh mới vắt
- 1 chén dầu ô liu nguyên chất
- ½ muỗng cà phê tiêu đen mới xay

tiêu đề:

Đun sôi nước trong một cái chảo vừa trên lửa vừa. Thêm bulgur (hoặc quinoa) và 1 thìa muối. Đậy nắp và nấu trong 15-20 phút.

Để sắp xếp rau vào 4 bát, hãy chia mỗi bát thành 5 phần. Sắp xếp bulgur nấu chín trong một phần. Tiếp theo là cà chua, ớt chuông, dưa chuột và ô liu.

Khuấy nước cốt chanh, dầu ô liu, ½ muỗng cà phê muối còn lại và hạt tiêu đen.

Đổ đều nước sốt lên cả 4 bát. Phục vụ ngay lập tức hoặc đậy nắp và làm lạnh cho lần sau.

Dinh dưỡng (trên 100 gram): 772 calo 9 g chất béo 6 g protein 41 g carbs 944 mg natri

Rau củ nướng và sốt hummus

Thời gian chuẩn bị: 15 phút.

thời gian để nấu ăn: 10 phút

Khẩu phần: 6

Độ khó: trung bình

Thành phần:

- 1 quả cà tím lớn
- 1 củ hành tây lớn
- ½ chén dầu ô liu nguyên chất
- 1 muỗng cà phê muối
- 6 bánh mì lavash hoặc bánh mì pita lớn
- 1 cốc kem hummus truyền thống

tiêu đề:

Làm nóng vỉ nướng, chảo nướng lớn hoặc chảo lớn có dầu nhẹ trên lửa vừa. Cắt cà tím và hành tây thành vòng. Chải rau bằng dầu ô liu và rắc muối.

Rán rau cả hai mặt, khoảng 3-4 phút mỗi mặt. Để chuẩn bị bọc, hãy trải ra lavash hoặc pita. Thìa khoảng 2 muỗng canh hummus vào giấy gói.

Chia đều các loại rau giữa các lớp giấy gói, xếp chúng ở một bên của giấy gói. Cẩn thận gấp mặt giấy gói có rau củ lại, nhét chúng vào và cuộn chặt lại.

Đặt mặt đường may gói xuống và cắt làm đôi hoặc làm ba.

Bạn cũng có thể bọc từng chiếc bánh sandwich trong màng bọc thực phẩm để giữ nguyên hình dạng cho lần ăn sau.

Dinh dưỡng (trên 100 gram): 362 calo 10 g chất béo 28 g carbs 15 g protein 736 mg natri

Đậu xanh Tây Ban Nha

Thời gian chuẩn bị: 10 phút.
thời gian để nấu ăn: 20 phút
Khẩu phần: 4
Độ khó: Dễ

Thành phần:

- ¼ chén dầu ô liu nguyên chất
- 1 củ hành lớn thái nhỏ
- 4 tép tỏi băm nhỏ
- 1 pound đậu xanh, tươi hoặc đông lạnh, xắt nhỏ
- 1½ muỗng cà phê muối, chia
- 1 lon (15 oz.) cà chua thái hạt lựu
- ½ muỗng cà phê tiêu đen mới xay

tiêu đề:

Đun nóng dầu ô liu, hành và tỏi; nấu trong 1 phút. Cắt đậu xanh thành miếng 2 inch. Thêm đậu xanh và 1 muỗng cà phê muối vào nồi và trộn đều; Nấu trong 3 phút. Thêm cà chua thái hạt lựu, 1/2 muỗng cà phê muối và hạt tiêu đen còn lại. tiếp tục nấu thêm 12 phút nữa, thỉnh thoảng khuấy. Phục vụ nóng.

Dinh dưỡng (trên 100 gram): 200 calo 12 g chất béo 18 g carbs 4 g protein 639 mg natri

Súp lơ mộc mạc và cà rốt băm

Thời gian chuẩn bị: 10 phút.

thời gian để nấu ăn: 10 phút

Khẩu phần: 4

Độ khó: Dễ

Thành phần:

- 3 muỗng canh dầu ô liu nguyên chất
- 1 củ hành lớn thái nhỏ
- 1 muỗng canh tỏi băm
- 2 chén cà rốt thái hạt lựu
- 4 chén súp lơ trắng, rửa sạch
- 1 muỗng cà phê muối
- ½ muỗng cà phê thì là

tiêu đề:

Nấu dầu ô liu, hành tây, tỏi và cà rốt trong 3 phút. Cắt súp lơ thành miếng 1 inch hoặc vừa ăn. Thêm súp lơ, muối và thì là vào chảo và trộn với cà rốt và hành tây.

Đậy nắp và nấu trong 3 phút. Thêm rau và nấu thêm 3-4 phút nữa. Phục vụ nóng.

Dinh dưỡng (trên 100 gram): 159 calo 17 g chất béo 15 g carbs 3 g protein 569 mg natri

Súp lơ nướng và cà chua

Thời gian chuẩn bị: 5 phút.

thời gian để nấu ăn: 25 phút

Khẩu phần: 4

Độ khó: trung bình

Thành phần:

- 4 chén súp lơ, cắt thành miếng 1 inch
- 6 muỗng canh dầu ô liu nguyên chất, chia
- 1 muỗng cà phê muối, chia
- 4 chén cà chua bi
- ½ muỗng cà phê tiêu đen mới xay
- ½ chén phô mai Parmesan nạo

tiêu đề:

Làm nóng lò ở nhiệt độ 425°F. Cho súp lơ, 3 muỗng canh dầu ô liu và ½ muỗng cà phê muối vào tô lớn và trộn đều. Đặt trên một tấm nướng lót giấy da trong một lớp đều.

Trong một bát lớn khác, thêm cà chua, 3 muỗng canh dầu ô liu còn lại và ½ muỗng cà phê muối và trộn đều. Đổ ra khay khác. Cho súp lơ và lá cà chua vào lò nướng trong 17-20 phút, cho đến khi súp lơ có màu nâu nhạt và cà chua căng mọng.

Dùng thìa, đặt súp lơ lên đĩa và phủ cà chua, tiêu đen và phô mai Parmesan lên trên. Phục vụ nóng.

Dinh dưỡng (trên 100 gram): 294 calo 14 g chất béo 13 g carbs 9 g protein 493 mg natri

Bí đỏ nướng

Thời gian chuẩn bị: 10 phút.

thời gian để nấu ăn: 35 phút

Khẩu phần: 6

Độ khó: trung bình

Thành phần:

- 2 zucchini, vừa đến lớn
- 2 muỗng canh dầu ô liu nguyên chất
- 1 muỗng cà phê muối, cộng thêm cho gia vị
- 5 muỗng canh bơ không ướp muối
- ¼ chén lá xô thơm xắt nhỏ
- 2 muỗng canh lá húng tây tươi
- ½ muỗng cà phê tiêu đen mới xay

tiêu đề:

Làm nóng lò ở nhiệt độ 400 F. Cắt đôi quả bí đỏ theo chiều dọc. Cạo sạch hạt và cắt theo chiều ngang thành những lát dày ¾ inch. Trong một bát lớn, rưới dầu ô liu lên bí, rắc muối và đảo đều.

Đặt quả bí đỏ lên khay nướng. Đặt khay nướng vào lò và nướng bí ngô trong 20 phút. Lật bí ngô bằng thìa và nướng thêm 15 phút nữa.

Trong một cái chảo vừa, làm tan chảy bơ trên lửa vừa. Thêm xô thơm và cỏ xạ hương vào bơ tan chảy và nấu trong 30 giây. Đặt các lát bí ngô đã nấu chín vào đĩa. Đổ hỗn hợp bơ/thảo mộc lên quả bí. Nêm muối và hạt tiêu đen. Phục vụ nóng.

Dinh dưỡng (trên 100 gram): 188 calo 13 g chất béo 16 g carbs 1 g protein 836 mg natri

Rau mồng tơi nướng tỏi

Thời gian chuẩn bị: 5 phút.
thời gian để nấu ăn: 10 phút
Khẩu phần: 4
Độ khó: Dễ

Thành phần:

- ¼ chén dầu ô liu nguyên chất
- 1 củ hành đỏ lớn, thái lát mỏng
- 3 nhánh tỏi băm nhỏ
- 6 túi (1 pound) cải bó xôi non, rửa sạch
- ½ muỗng cà phê muối
- 1 quả chanh cắt thành lát

tiêu đề:

Nấu dầu ô liu, hành tây và tỏi trong chảo lớn trong 2 phút trên lửa vừa. Thêm một túi rau bina và ½ muỗng cà phê muối. Đậy nắp chảo và để rau bina héo trong 30 giây. Lặp lại (bỏ muối), thêm 1 túi rau bina mỗi lần.

Khi tất cả rau bina đã được thêm vào, hãy mở nắp và nấu trong 3 phút để hơi ẩm bay hơi. Ăn nóng với vỏ chanh bên trên.

Dinh dưỡng (trên 100 gram): 301 calo 12 g chất béo 29 g carbs 17 g protein 639 mg natri

Zucchini nướng với bạc hà tỏi

Thời gian chuẩn bị: 5 phút.

thời gian để nấu ăn: 10 phút

Khẩu phần: 4

Độ khó: Dễ

Thành phần:

- 3 quả bí xanh lớn
- 3 muỗng canh dầu ô liu nguyên chất
- 1 củ hành lớn thái nhỏ
- 3 nhánh tỏi băm nhỏ
- 1 muỗng cà phê muối
- 1 muỗng cà phê bạc hà khô

tiêu đề:

Cắt zucchini thành khối nửa centimet. Nấu dầu ô liu, hành tây và tỏi trong 3 phút, khuấy liên tục.

Cho bí ngòi và muối vào chảo trộn cùng với hành tỏi, nấu trong 5 phút. Thêm bạc hà vào chảo và trộn. Nấu thêm 2 phút nữa. Phục vụ nóng.

Dinh dưỡng (trên 100 gram): 147 calo 16 g chất béo 12 g carbs 4 g protein 723 mg natri

đậu bắp hấp

Thời gian chuẩn bị: 55 phút

thời gian để nấu ăn: 25 phút

Khẩu phần: 4

Độ khó: Dễ

Thành phần:

- ¼ chén dầu ô liu nguyên chất
- 1 củ hành lớn thái nhỏ
- 4 tép tỏi băm nhỏ
- 1 muỗng cà phê muối
- 1 pound đậu bắp tươi hoặc đông lạnh, làm sạch
- 1 lon (15 oz.) sốt cà chua nguyên chất
- 2 cốc nước
- ½ chén rau mùi tươi, xắt nhỏ
- ½ muỗng cà phê tiêu đen mới xay

tiêu đề:

Trộn và nấu dầu ô liu, hành tây, tỏi và muối trong 1 phút. Thêm đậu bắp và nấu trong 3 phút.

Thêm nước sốt cà chua, nước, ngò và tiêu đen; khuấy, đậy nắp và nấu trong 15 phút, thỉnh thoảng khuấy. Phục vụ nóng.

Dinh dưỡng (trên 100 gram): 201 calo 6 g chất béo 18 g carbs 4 g protein 693 mg natri

Ớt nhồi rau ngọt

Thời gian chuẩn bị: 20 phút.

thời gian để nấu ăn: 30 phút

Khẩu phần: 6

Độ khó: trung bình

Thành phần:

- 6 quả ớt chuông lớn, các màu khác nhau
- 3 muỗng canh dầu ô liu nguyên chất
- 1 củ hành lớn thái nhỏ
- 3 nhánh tỏi băm nhỏ
- 1 củ cà rốt thái nhỏ
- 1 lon (16 oz.) đậu xanh, rửa sạch và để ráo nước
- 3 chén cơm
- 1½ thìa cà phê muối
- ½ muỗng cà phê tiêu đen mới xay

tiêu đề:

Làm nóng lò ở 350°F. Nhớ chọn những quả ớt có thể đứng thẳng. Cắt bỏ phần đầu của quả ớt, loại bỏ hạt và để dành cho lần sau. Đặt ớt vào khay nướng.

Đun nóng dầu ô liu, hành tây, tỏi và cà rốt trong 3 phút. Thêm đậu xanh. Nấu thêm 3 phút nữa. Lấy chảo ra khỏi bếp và đổ các nguyên liệu đã nấu chín vào một bát lớn. Thêm gạo, muối và hạt tiêu; trộn nó lên.

Cho từng hạt tiêu lên trên, sau đó đậy nắp hạt tiêu lại. Lót khay bằng giấy nhôm và nướng trong 25 phút. Lấy giấy bạc ra và nướng thêm 5 phút nữa. Phục vụ nóng.

Dinh dưỡng (trên 100 gram): 301 calo 15 g chất béo 50 g carbs 8 g protein 803 mg natri

Cà tím Mussaka

Thời gian chuẩn bị: 55 phút
thời gian để nấu ăn: 40 phút
Khẩu phần: 6
Độ khó: Khó

Thành phần:

- 2 quả cà tím lớn
- 2 muỗng cà phê muối, chia
- phun dầu Olive
- ¼ chén dầu ô liu nguyên chất
- 2 củ hành lớn, thái lát
- 10 tép tỏi, thái lát
- 2 lon (15-ounce) cà chua thái hạt lựu
- 1 lon (16 oz.) đậu xanh, rửa sạch và để ráo nước
- 1 muỗng cà phê oregano khô
- ½ muỗng cà phê tiêu đen mới xay

tiêu đề:

Cắt cà tím theo chiều ngang thành các đĩa tròn dày ¼ inch. Rắc các lát cà tím với 1 muỗng cà phê muối và đặt vào một cái chao trong 30 phút.

Làm nóng lò ở nhiệt độ 450°F. Thấm khô các lát cà tím bằng khăn giấy và xịt dầu ô liu lên cả hai mặt hoặc chải nhẹ bằng dầu ô liu.

Đặt cà tím vào một món nướng trong một lớp. Đặt vào lò nướng và nướng trong 10 phút. Sau đó, dùng thìa lật các lát lại và nướng thêm 10 phút nữa.

Xào dầu ô liu, hành tây, tỏi và muỗng cà phê muối còn lại. Nấu trong 5 phút, thỉnh thoảng khuấy. Thêm cà chua, đậu xanh, oregano và hạt tiêu đen. Đun nhỏ lửa trong 12 phút, khuấy đều.

Trong một món hầm sâu lòng, bắt đầu xếp lớp, bắt đầu với cà tím và sau đó là nước sốt. Lặp lại cho đến khi tất cả các thành phần được sử dụng. Nướng trong lò trong 20 phút. Lấy ra khỏi lò và phục vụ ấm.

Dinh dưỡng (trên 100 gram): 262 calo 11 g chất béo 35 g carbs 8 g protein 723 mg natri

Rau nhồi lá nho

Thời gian chuẩn bị: 50 phút.

thời gian để nấu ăn: 45 phút

Khẩu phần: 8

Độ khó: trung bình

Thành phần:

- 2 chén gạo trắng, rửa sạch
- 2 quả cà chua lớn, xắt nhỏ
- 1 củ hành lớn, thái nhỏ
- 1 củ hành lá thái nhỏ
- 1 chén mùi tây Ý tươi, thái nhỏ
- 3 nhánh tỏi băm nhỏ
- 2½ thìa cà phê muối
- ½ muỗng cà phê tiêu đen mới xay
- 1 lọ (16 oz.) lá nho
- 1 cốc nước cốt chanh
- ½ chén dầu ô liu nguyên chất
- 4-6 cốc nước

tiêu đề:

Trộn cơm, cà chua, hành tây, hành lá, mùi tây, tỏi, muối và tiêu đen. Xả và rửa sạch lá nho. Chuẩn bị một cái chậu lớn bằng cách lót một lớp lá nho dưới đáy. Đặt từng chiếc lá xuống và cắt bỏ thân cây.

Đặt 2 muỗng canh hỗn hợp gạo ở dưới cùng của mỗi chiếc lá. Gấp ở hai bên, sau đó cuộn lại càng chặt càng tốt. Xếp các lá nho đã cuộn vào hộp sao cho mỗi lá nho đã cuộn lại được xếp thành một hàng. Tiếp tục xếp lớp lá nho đã cuộn.

Cẩn thận đổ nước cốt chanh và dầu ô liu lên lá nho và thêm đủ nước để ngập lá nho khoảng 1 inch. Đặt một chiếc đĩa dày, nhỏ hơn miệng nồi, úp ngược lên trên lá nho. Đậy nắp nồi và nấu lá ở nhiệt độ trung bình thấp trong 45 phút. Để yên trong 20 phút trước khi phục vụ. Phục vụ ấm hoặc lạnh.

Dinh dưỡng (trên 100 gram): 532 calo 15 g chất béo 80 g carbs 12 g protein 904 mg natri

cuộn cà tím nướng

Thời gian chuẩn bị: 30 phút.

thời gian để nấu ăn: 10 phút

Khẩu phần: 6

Độ khó: trung bình

Thành phần:

- 2 quả cà tím lớn
- 1 muỗng cà phê muối
- 4 ounce phô mai dê
- 1 cốc ricotta
- ¼ chén húng quế tươi, xắt nhỏ
- ½ muỗng cà phê tiêu đen mới xay
- phun dầu Olive

tiêu đề:

Cắt bỏ phần trên của quả cà tím và cắt theo chiều dọc thành những lát dày ¼ inch. Rắc muối lên các lát và đặt cà tím vào một cái chao trong 15-20 phút.

Đánh pho mát dê, ricotta, húng quế và hạt tiêu. Làm nóng trước vỉ nướng, chảo nướng hoặc chảo có dầu nhẹ trên lửa vừa. Thấm khô các lát cà tím và xịt nhẹ dầu ô liu. Đặt cà tím lên vỉ nướng, vỉ nướng hoặc vỉ nướng và nấu trong 3 phút cho mỗi bên.

Lấy cà tím ra khỏi bếp và để nguội trong 5 phút. Để cuộn, đặt một lát cà tím phẳng, múc một thìa hỗn hợp phô mai vào đáy lát và cuộn lại. Phục vụ ngay lập tức hoặc làm lạnh cho đến khi phục vụ.

Dinh dưỡng (trên 100 gram): 255 calo 7 g chất béo 19 g carbs 15 g protein 793 mg natri

Bí ngòi rán giòn

Thời gian chuẩn bị: 15 phút.

thời gian để nấu ăn: 20 phút

Khẩu phần: 6

Độ khó: Dễ

Thành phần:

- 2 quả bí xanh lớn
- 2 muỗng canh mùi tây Ý, thái nhỏ
- 3 nhánh tỏi băm nhỏ
- 1 muỗng cà phê muối
- 1 chén bột mì
- 1 quả trứng lớn, bị đánh đập
- ½ cốc nước
- 1 muỗng cà phê bột nở
- 3 chén dầu thực vật hoặc bơ

tiêu đề:

Nướng zucchini vào một cái bát lớn. Thêm mùi tây, tỏi, muối, bột mì, trứng, nước và bột nở vào tô và trộn đều. Trong nồi lớn hoặc nồi chiên ngập dầu, đun nóng dầu đến 365°F trên lửa vừa.

Cho từng thìa bột chiên xù vào dầu nóng. Sử dụng một cái muỗng có rãnh, lật các miếng rán và nấu cho đến khi vàng nâu trong 2-3 phút. Để khoai tây ra khỏi dầu và đặt chúng vào đĩa có lót khăn giấy. Ăn nóng với kem tzatziki hoặc kem hummus truyền thống để nhúng.

Dinh dưỡng (trên 100 gram): 446 calo 2 g chất béo 19 g carbs 5 g protein 812 mg natri

bánh rau bina với phô mai

Thời gian chuẩn bị: 20 phút.

thời gian để nấu ăn: 40 phút

Khẩu phần: 8

Độ khó: Khó

Thành phần:

- 2 muỗng canh dầu ô liu nguyên chất
- 1 củ hành lớn thái nhỏ
- 2 tép tỏi, thái nhỏ
- 3 túi (1 pound) cải bó xôi non, rửa sạch
- 1 chén phô mai feta
- 1 quả trứng lớn, bị đánh đập
- tấm bánh phồng

tiêu đề:

Làm nóng lò ở nhiệt độ 375°F. Đun nóng dầu ô liu, hành tây và tỏi trong 3 phút. Cho rau bina vào chảo từng túi một, để rau héo giữa mỗi túi. Trộn bằng nhíp. Nấu trong 4 phút. Sau khi rau bina được nấu chín, vắt chất lỏng dư thừa ra khỏi chảo.

Trong một bát lớn, trộn phô mai feta, trứng và rau bina đã nấu chín. Đặt bánh phồng lên một bề mặt làm việc. Cắt bột thành hình vuông 3 inch. Đặt một muỗng canh hỗn hợp rau bina vào giữa bánh phồng. Gấp một góc của hình vuông qua góc chéo để tạo thành một hình tam giác. Nhấn các cạnh của bánh cùng với các hộp của một cái nĩa. Lặp lại cho đến khi tất cả các ô vuông được lấp đầy.

Đặt bánh lên khay nướng có lót giấy da và nướng trong 25-30 phút hoặc cho đến khi bánh có màu vàng nâu. Thưởng thức khi còn nóng hoặc ở nhiệt độ phòng.

Dinh dưỡng (trên 100 gram): 503 calo 6 g chất béo 38 g carbs 16 g protein 836 mg natri

dưa chuột cắn

Thời gian chuẩn bị: 5 phút.

thời gian để nấu ăn: 0 phút

Khẩu phần: 12

Độ khó: Dễ

Thành phần:

- 1 quả dưa chuột thái lát
- 8 lát bánh mì nguyên cám
- 2 muỗng canh pho mát kem, mềm
- 1 muỗng canh hẹ xắt nhỏ
- ¼ chén bơ, gọt vỏ, bỏ hạt và nghiền
- 1 muỗng cà phê mù tạt
- Muối và hạt tiêu đen để nếm

tiêu đề:

Phết bơ nghiền lên từng lát bánh mì, phết các nguyên liệu còn lại, trừ lát dưa chuột.

Chia các lát dưa chuột vào các lát bánh mì, cắt mỗi lát thành 3 phần, bày ra đĩa và dùng như món khai vị.

Dinh dưỡng (trên 100 gram): 187 calo 12,4 g chất béo 4,5 g carbs 8,2 g protein 736 mg natri

sữa chua nhúng

Thời gian chuẩn bị: 10 phút.

thời gian để nấu ăn: 0 phút

Khẩu phần: **6**

Độ khó: **Dễ**

Thành phần:

- 2 cốc sữa chua Hy Lạp
- 2 muỗng canh quả hồ trăn nướng và xắt nhỏ
- Một chút muối và hạt tiêu trắng.
- 2 muỗng canh bạc hà xay
- 1 muỗng canh ô liu kalamata đợ sức và thái nhỏ
- ¼ chén zaatar dày dặn
- ¼ chén hạt lựu
- 1/3 chén dầu ô liu

tiêu đề:

Trộn sữa chua với quả hồ trăn và các nguyên liệu khác, trộn đều, chia thành các ly nhỏ và dùng kèm với khoai tây chiên bên cạnh.

Dinh dưỡng (trên 100 gram): 294 calo 18 g chất béo 2 g carbs 10 g protein 593 mg natri

cà chua bruschetta

Thời gian chuẩn bị: 10 phút.

thời gian để nấu ăn: 10 phút

Khẩu phần: 6

Độ khó: Dễ

Thành phần:

- 1 bánh mì baguette, thái lát
- 1/3 chén húng quế xắt nhỏ
- 6 quả cà chua, thái hạt lựu
- 2 tép tỏi, thái nhỏ
- Một chút muối và hạt tiêu đen.
- 1 muỗng cà phê dầu ô liu
- 1 muỗng canh giấm balsamic
- ½ muỗng cà phê bột tỏi
- bình xịt nấu ăn

tiêu đề:

Đặt các lát bánh mì baguette lên khay nướng có lót giấy da và phủ bằng bình xịt nấu ăn. Nướng trong 10 phút ở 400 độ.

Trộn cà chua với húng quế và các thành phần khác, trộn đều và để yên trong 10 phút. Chia hỗn hợp cà chua vào từng lát bánh mì, bày ra đĩa và dùng.

Dinh dưỡng (trên 100 gram): 162 calo 4 g chất béo 29 g carbs 4 g protein 736 mg natri

Cà chua nhồi ô liu và phô mai

Thời gian chuẩn bị: 10 phút.

thời gian để nấu ăn: 0 phút

Khẩu phần: 24

Độ khó: Dễ

Thành phần:

- 24 quả cà chua bi, cắt bỏ phần đầu và múc phần ruột bên trong
- 2 muỗng canh dầu ô liu
- ¼ muỗng cà phê hạt tiêu đỏ
- ½ chén phô mai feta, vụn
- 2 muỗng canh ô liu đen
- ¼ chén bạc hà, rách

tiêu đề:

Trong một cái bát, trộn hỗn hợp ô liu với các nguyên liệu còn lại, trừ cà chua bi và trộn đều. Nhồi cà chua bi với hỗn hợp này, cho vào bát và dùng như món khai vị.

Dinh dưỡng (trên 100 gram): 136 calo 8,6 g chất béo 5,6 g carbs 5,1 g protein 648 mg natri

sốt tiêu

Thời gian chuẩn bị: 10 phút.

thời gian để nấu ăn: 0 phút

Khẩu phần: 4

Độ khó: Dễ

Thành phần:

- 7 ounces ớt chuông đỏ nướng, thái hạt lựu
- ½ chén parmesan nạo
- 1/3 chén rau mùi tây xắt nhỏ
- 14 ounce atisô đóng hộp, để ráo nước và cắt nhỏ
- 3 muỗng canh dầu ô liu
- ¼ chén nụ bạch hoa, để ráo nước
- 1 và ½ thìa nước cốt chanh
- 2 tép tỏi, thái nhỏ

tiêu đề:

Trong máy xay sinh tố, kết hợp ớt đỏ với Parmesan và các thành phần khác và xay đều. Chia thành ly và phục vụ như một bữa ăn nhẹ.

Dinh dưỡng (trên 100 gram): 200 calo 5,6 g chất béo 12,4 g carbs 4,6 g protein 736 mg natri

rau mùi falafel

Thời gian chuẩn bị: 10 phút.

thời gian để nấu ăn: 10 phút

Khẩu phần: 8

Độ khó: Dễ

Thành phần:

- 1 chén đậu xanh đóng hộp
- 1 bó lá mùi tây
- 1 củ hành vàng thái nhỏ
- 5 tép tỏi băm
- 1 muỗng cà phê rau mùi
- Một chút muối và hạt tiêu đen.
- ¼ muỗng cà phê ớt cayenne
- ¼ muỗng cà phê muối nở
- ¼ muỗng cà phê bột thì là
- 1 thìa nước cốt chanh.
- 3 muỗng canh bột năng
- dầu ô liu để chiên

tiêu đề:

Trong một bộ xử lý thực phẩm, kết hợp đậu với rau mùi tây, hành tây và tất cả các thành phần khác trừ dầu và bột mì và trộn đều. Đổ hỗn hợp ra bát, thêm bột mì vào, trộn đều, tạo thành 16 viên tròn nhỏ từ hỗn hợp này và hơi dẹt.

Làm nóng chảo trên lửa vừa và cao, cho nửa con falafel vào, chiên mỗi mặt 5 phút, đặt lên khăn giấy, thấm bớt mỡ thừa, bày ra đĩa và dùng như món khai vị.

Dinh dưỡng (trên 100 gram): 122 calo 6,2 g chất béo 12,3 g carbs 3,1 g protein 699 mg natri

hummus ớt đỏ

Thời gian chuẩn bị: 10 phút.

thời gian để nấu ăn: 0 phút

Khẩu phần: 6

Độ khó: Dễ

Thành phần:

- 6 ounces ớt chuông đỏ nướng, bóc vỏ và thái nhỏ
- 16 ounce đậu xanh đóng hộp, để ráo nước và rửa sạch
- ¼ cốc sữa chua Hy Lạp
- 3 muỗng canh sốt tahini
- Nước cốt của 1 quả chanh
- 3 nhánh tỏi băm nhỏ
- 1 muỗng canh dầu ô liu
- Một chút muối và hạt tiêu đen.
- 1 muỗng canh rau mùi tây xắt nhỏ

tiêu đề:

Trong một bộ xử lý thực phẩm, kết hợp ớt đỏ với phần còn lại của các thành phần, ngoại trừ dầu và rau mùi tây, và trộn đều. Thêm dầu, đảo đều một lần nữa, chia thành các ly, rắc rau mùi tây lên trên và dùng như một nửa miếng vải.

Dinh dưỡng (trên 100 gram): 255 calo 11,4 g chất béo 17,4 g carbs 6,5 g protein 593 mg natri

nước đậu trắng

Thời gian chuẩn bị: 10 phút.

thời gian để nấu ăn: 0 phút

Khẩu phần: 4

Độ khó: Dễ

Thành phần:

- 15 ounce đậu hải quân đóng hộp, để ráo nước và rửa sạch
- 6 ounce tim atisô đóng hộp, để ráo nước và cắt làm tư
- 4 tép tỏi, băm nhỏ
- 1 muỗng canh húng quế xắt nhỏ
- 2 muỗng canh dầu ô liu
- Nước cốt của ½ quả chanh
- ½ vỏ chanh nạo
- Muối và hạt tiêu đen để nếm

tiêu đề:

Trong bộ xử lý thực phẩm, kết hợp đậu với atisô và các thành phần còn lại trừ dầu và các loại đậu. Dần dần thêm dầu, nhấn hỗn hợp một lần nữa, chia thành các cốc và dùng để nhúng.

Dinh dưỡng (trên 100 gram): 27 calo 11,7 g chất béo 18,5 g carbs 16,5 g protein 668 mg natri

Hummus với thịt cừu băm

Thời gian chuẩn bị: 10 phút.

thời gian để nấu ăn: 15 phút

Khẩu phần: 8

Độ khó: Dễ

Thành phần:

- 10 ounce hummus
- thịt cừu xay 12 oz
- ½ chén hạt lựu
- ¼ chén rau mùi tây xắt nhỏ
- 1 muỗng canh dầu ô liu
- Ăn kèm với khoai tây chiên

tiêu đề:

Làm nóng chảo trên lửa vừa cao, thêm thịt và nấu trong 15 phút, khuấy thường xuyên. Trải hummus ra đĩa, rắc thịt cừu băm nhỏ, rắc hạt lựu và rau mùi tây, dùng với khoai tây chiên để ăn nhẹ.

Dinh dưỡng (trên 100 gram): 133 calo 9,7 g chất béo 6,4 g carbs 5,4 g protein 659 mg natri

nhúng cà tím

Thời gian chuẩn bị: 10 phút.

thời gian để nấu ăn: 40 phút

Khẩu phần: 4

Độ khó: Dễ

Thành phần:

- 1 quả cà tím, cắt miếng nhỏ bằng nĩa
- 2 muỗng canh sốt tahini
- 2 thìa nước cốt chanh
- 2 tép tỏi, thái nhỏ
- 1 muỗng canh dầu ô liu
- Muối và hạt tiêu đen để nếm
- 1 muỗng canh rau mùi tây xắt nhỏ

tiêu đề:

Đặt cà tím vào đĩa nướng, nướng ở nhiệt độ 400 F trong 40 phút, để nguội, bóc vỏ và chuyển sang bộ xử lý thực phẩm. Ngoại trừ mùi tây, trộn các thành phần khác với nhau, đánh bóng kỹ, chia thành các bát nhỏ và dùng như món khai vị có rắc mùi tây.

Dinh dưỡng (trên 100 gram): 121 calo 4,3 g chất béo 1,4 g carbs 4,3 g protein 639 mg natri

rau xào

Thời gian chuẩn bị: 10 phút.
thời gian để nấu ăn: 10 phút
Khẩu phần: 8
Độ khó: Dễ

Thành phần:

- 2 tép tỏi, thái nhỏ
- 2 củ hành vàng thái nhỏ
- 4 củ hành lá thái nhỏ
- 2 củ cà rốt nạo
- 2 muỗng cà phê thì là
- ½ muỗng cà phê bột nghệ
- Muối và hạt tiêu đen để nếm
- ¼ muỗng cà phê rau mùi
- 2 muỗng canh rau mùi tây xắt nhỏ
- ¼ muỗng cà phê nước cốt chanh
- ½ chén bột hạnh nhân
- 2 củ cải đường, gọt vỏ và bào
- 2 quả trứng đánh tan
- ¼ chén bột năng
- 3 muỗng canh dầu ô liu

tiêu đề:

Trong một cái bát, trộn tỏi với hành tây, hành lá và các nguyên liệu còn lại, trừ dầu, trộn đều và tạo thành những khối vừa với hỗn hợp này.

Làm nóng chảo trên lửa vừa và cao, đặt các miếng rán lên trên, nấu mỗi mặt 5 phút, cho ra bát và dùng.

Dinh dưỡng (trên 100 gram): 209 calo 11,2 g chất béo 4,4 g carbs 4,8 g protein 726 mg natri

Thịt viên thịt cừu Bulgur

Thời gian chuẩn bị: 10 phút.

thời gian để nấu ăn: 15 phút

Khẩu phần: 6

Độ khó: Dễ

Thành phần:

- 1 và ½ cốc sữa chua Hy Lạp
- ½ muỗng cà phê thì là, xay
- 1 chén dưa chuột, nạo
- ½ muỗng cà phê tỏi băm
- Một chút muối và hạt tiêu đen.
- 1 chén bánh phồng
- 2 cốc nước
- 1 kg thịt cừu, băm nhỏ
- ¼ chén rau mùi tây xắt nhỏ
- ¼ chén hẹ xắt nhỏ
- ½ muỗng cà phê hạt tiêu, xay
- ½ muỗng cà phê bột quế
- 1 muỗng canh dầu ô liu

tiêu đề:

Trộn bulgur với nước, đậy nắp bát, để yên trong 10 phút, để ráo nước và đổ vào bát. Thêm thịt, sữa chua và các thành phần còn lại trừ dầu, trộn đều và tạo thành những viên thịt vừa từ hỗn hợp này. Làm nóng chảo trên lửa vừa và cao, đặt thịt viên lên trên, nấu mỗi mặt trong 7 phút, cho ra bát và dùng như món khai vị.

Dinh dưỡng (trên 100 gram): 300 calo 9,6 g chất béo 22,6 g carbs 6,6 g protein 644 mg natri

dưa chuột cắn

Thời gian chuẩn bị: 10 phút.

thời gian để nấu ăn: 0 phút

Khẩu phần: 12

Độ khó: Dễ

Thành phần:

- 1 quả dưa chuột Anh, cắt thành 32 lát
- 10 ounce hummus
- 16 quả cà chua bi, cắt đôi
- 1 muỗng canh rau mùi tây xắt nhỏ
- 1 ounce phô mai feta, vụn

tiêu đề:

Trái hummus lên từng khoanh dưa chuột, chia nửa quả cà chua thành từng nửa, rắc phô mai và rau mùi tây, dùng như món khai vị.

Dinh dưỡng (trên 100 gram): 162 calo 3,4 g chất béo 6,4 g carbs 2,4 g protein 702 mg natri

quả bơ nhồi

Thời gian chuẩn bị: 10 phút.
thời gian để nấu ăn: 0 phút
Khẩu phần: 2
Độ khó: Dễ

Thành phần:

- 1 quả bơ cắt làm đôi và rỗ
- 10 oz hộp cá ngừ, để ráo nước
- 2 muỗng canh cà chua phơi nắng, xắt nhỏ
- 1 và ½ muỗng canh húng quế
- 2 muỗng canh ô liu đen, độ sức và xắt nhỏ
- Muối và hạt tiêu đen để nếm
- 2 muỗng cà phê hạt thông nướng và xắt nhỏ
- 1 muỗng canh húng quế xắt nhỏ

tiêu đề:

Trộn cá ngừ với cà chua phơi nắng và các nguyên liệu còn lại, trừ bơ, trộn đều. Đổ hỗn hợp cá ngừ vào nửa quả bơ và dùng như món khai vị.

Dinh dưỡng (trên 100 gram): 233 calo 9 g chất béo 11,4 g carbs 5,6 g protein 735 mg natri

mận đóng gói

Thời gian chuẩn bị: 5 phút.

thời gian để nấu ăn: 0 phút

Khẩu phần: 8

Độ khó: Dễ

Thành phần:

- 2 ounce prosciutto, cắt thành 16 miếng
- 4 quả mận bổ đôi
- 1 muỗng canh hẹ xắt nhỏ
- Một nhúm mảnh ớt đỏ xay

tiêu đề:

Bọc từng miếng mận trong một lát giăm bông, đặt lên đĩa, rắc hành lá và ớt đỏ, và phục vụ.

Dinh dưỡng (trên 100 gram): 30 calo 1 g chất béo 4 g carbs 2 g protein 439 mg natri

Feta ướp và atisô

Thời gian chuẩn bị: 10 phút, cộng với 4 giờ không hoạt động
thời gian để nấu ăn: 10 phút
Khẩu phần: 2
Độ khó: Dễ

Thành phần:

- 4 ounces phô mai feta truyền thống của Hy Lạp, cắt thành khối ½ inch
- 4 ounce trái tim atisô ráo nước, làm tư theo chiều dọc
- 1/3 chén dầu ô liu nguyên chất
- Vỏ và nước cốt của 1 quả chanh
- 2 muỗng canh hương thảo tươi xắt nhỏ
- 2 muỗng canh mùi tây tươi xắt nhỏ
- ½ muỗng cà phê tiêu đen

tiêu đề:

Trộn phô mai feta và tim atisô trong bát thủy tinh. Thêm dầu ô liu, vỏ chanh và nước trái cây, hương thảo, rau mùi tây và hạt tiêu rồi nhẹ nhàng trộn đều, chú ý không để feta bị vỡ vụn.

Làm lạnh trong 4 giờ hoặc tối đa 4 ngày. Lấy nó ra khỏi tủ lạnh 30 phút trước khi ăn.

Dinh dưỡng (trên 100 gram): 235 calo 23 g chất béo 1 g carbs 4 g protein 714 mg natri

bánh mì cá ngừ

Thời gian chuẩn bị: 40 phút, cộng thêm giờ qua đêm để làm mát
thời gian để nấu ăn: 25 phút
Khẩu phần ăn: **36**
Độ khó: **Khó**

Thành phần:

- 6 muỗng canh dầu ô liu nguyên chất, cộng với 1-2 cốc
- 5 muỗng canh bột hạnh nhân, cộng với 1 cốc, chia
- 1¼ cốc kem nặng
- 1 lon (4 oz.) cá ngừ vây vàng ngâm dầu ô liu
- 1 muỗng canh hành tím băm nhỏ
- 2 muỗng cà phê bạch hoa xắt nhỏ
- ½ muỗng cà phê thì là khô
- ¼ thìa cà phê tiêu đen mới xay
- 2 quả trứng lớn
- 1 chén vụn bánh mì panko (hoặc phiên bản không chứa gluten)

tiêu đề:

Đun nóng 6 muỗng canh dầu ô liu trong chảo lớn trên lửa vừa và thấp. Thêm 5 muỗng canh bột hạnh nhân và nấu, khuấy liên tục trong 2-3 phút cho đến khi tạo thành một hỗn hợp mịn và bột có màu nâu nhạt.

Vặn lửa ở mức trung bình cao và cho heavy cream vào khuấy dần, đánh liên tục cho đến khi hoàn toàn mịn và đặc, thêm 4-5 phút nữa. Lấy ra và thêm cá ngừ, hành tím, nụ bạch hoa, thì là và hạt tiêu.

Đặt hỗn hợp vào một đĩa nướng hình vuông 8 inch được tráng kỹ bằng dầu ô liu và để ở nhiệt độ phòng. Bọc và làm lạnh trong 4 giờ hoặc tối đa qua đêm. Sắp xếp ba cái bát để tạo hình bánh croquette. Đập trứng vào một cái. Trong một cái khác, thêm bột hạnh nhân còn lại. Trong phần thứ ba, thêm panko. Lót khay bằng giấy nướng.

Thả một thìa bột đã chuẩn bị nguội vào hỗn hợp bột và cuộn lại. Lắc phần thừa và cuộn nó thành hình bầu dục bằng tay.

Nhúng bánh croquette vào trứng đã đánh, sau đó tráng mỏng bằng panko. Đặt trên một khay lót và lặp lại với bột còn lại.

Trong một cái chảo nhỏ, đun nóng 1-2 chén dầu ô liu còn lại trên lửa vừa và cao.

Khi dầu nóng, cho bánh croquette vào chiên 3-4 lần một lúc tùy theo kích thước chảo, khi bánh chín vàng thì vớt ra bằng thìa có rãnh. Thỉnh thoảng bạn cần điều chỉnh nhiệt độ của dầu để tránh bị cháy. Nếu bột chuyển sang màu nâu quá nhanh, hãy giảm nhiệt độ.

Dinh dưỡng (trên 100 gram): 245 calo 22 g chất béo 1 g carbs 6 g protein 801 mg natri

cá hồi xông khói

Thời gian chuẩn bị: 10 phút.

thời gian để nấu ăn: 15 phút

Khẩu phần: 4

Độ khó: Dễ

Thành phần:

- 6 ounce cá hồi hoang dã hun khói
- 2 muỗng canh aioli tỏi nướng
- 1 muỗng canh mù tạt Dijon
- 1 muỗng canh hẹ xắt nhỏ, chỉ lấy phần xanh
- 2 muỗng cà phê bạch hoa xắt nhỏ
- ½ muỗng cà phê thì là khô
- 4 ngọn giáo dài hoặc trái xà lách romaine
- ½ quả dưa chuột Anh, thái lát dày ¼ inch

tiêu đề:

Cắt cá hồi hun khói thành khối lớn và đặt vào một cái bát nhỏ. Thêm aioli, Dijon, hành lá, bạch hoa và thì là và trộn đều. Chải thân rau và các lát dưa chuột với một muỗng canh hỗn hợp cá hồi hun khói và ăn lạnh.

Dinh dưỡng (trên 100 gram): 92 calo 5 g chất béo 1 g carbs 9 g protein 714 mg natri

Ô liu ướp với trái cây họ cam quýt

Thời gian chuẩn bị: 4 tiếng.

thời gian để nấu ăn: 0 phút

Khẩu phần: 2

Độ khó: Dễ

Thành phần:

- 2 chén ô liu xanh hỗn hợp
- ¼ chén giấm rượu vang đỏ
- ¼ chén dầu ô liu nguyên chất
- 4 tép tỏi băm nhỏ
- Vỏ và nước ép của 1 quả cam lớn
- 1 muỗng cà phê hạt tiêu đỏ
- 2 lá nguyệt quế
- ½ muỗng cà phê thì là
- ½ thìa cà phê tiêu xay

tiêu đề:

Thêm ô liu, giấm, dầu, tỏi, vỏ cam và nước trái cây, mảnh ớt đỏ, lá nguyệt quế, thì là và hạt tiêu và trộn đều. Đậy nắp và cho vào tủ lạnh trong 4 giờ hoặc tối đa một tuần để ô liu ngấm gia vị và khuấy lại trước khi ăn.

Dinh dưỡng (trên 100 gram): 133 calo 14 g chất béo 2 g carbs 1 g protein 714 mg natri

Olive tapenade cá cơm

Thời gian chuẩn bị: 1 giờ 10 phút
thời gian để nấu ăn: 0 phút
Khẩu phần: 2
Độ khó: trung bình

Thành phần:

- 2 chén ô liu Kalamata rỗ hoặc ô liu đen khác
- 2 phi lê cá cơm thái nhỏ
- 2 muỗng cà phê bạch hoa xắt nhỏ
- 1 tép tỏi thái nhỏ
- 1 lòng đỏ trứng luộc
- 1 muỗng cà phê mù tạt Dijon
- ¼ chén dầu ô liu nguyên chất
- Đồ ăn nhẹ tròn, đa năng hoặc rau để phục vụ (tùy chọn)

tiêu đề:

Rửa sạch ô liu trong nước lạnh và để ráo nước. Cho ô liu, cá cơm, nụ bạch hoa, tỏi, lòng đỏ trứng và Dijon đã ráo nước vào máy xay thực phẩm, máy xay sinh tố hoặc bình lớn (nếu sử dụng máy xay sinh tố dạng que). Tạo thành một hỗn hợp đặc sệt liên tục. Trong khi chạy, dần dần thêm dầu ô liu.

Cho vào một cái bát nhỏ, đậy nắp và để trong tủ lạnh ít nhất 1 giờ để hương vị phát triển. Phục vụ với bánh quy giòn có hạt, trên một chiếc bánh mì tròn đa năng, hoặc với các loại rau giòn yêu thích của bạn.

Dinh dưỡng (trên 100 gram): 179 calo 19 g chất béo 2 g carbs 2 g protein 82 mg natri

trứng quỷ Hy Lạp

Thời gian chuẩn bị: 45 phút.

thời gian để nấu ăn: 15 phút

Khẩu phần: 4

Độ khó: Dễ

Thành phần:

- 4 quả trứng luộc lớn
- 2 muỗng canh aioli tỏi nướng
- ½ chén phô mai feta vụn mịn
- 8 quả ô liu Kalamata đợ sức và cắt nhỏ
- 2 muỗng canh cà chua khô xắt nhỏ
- 1 muỗng canh hành tím băm nhỏ
- ½ muỗng cà phê thì là khô
- ¼ thìa cà phê tiêu đen mới xay

tiêu đề:

Cắt đôi quả trứng luộc chín theo chiều dọc, loại bỏ lòng đỏ và cho vào tô vừa. Để riêng một nửa lòng trắng trứng và đặt sang một bên. Nghiền kỹ lòng đỏ bằng nĩa. Thêm aioli, phô mai feta, ô liu, cà chua khô, hành tây, thì là và hạt tiêu và trộn cho đến khi mịn và kem.

Đổ nhân vào từng nửa lòng trắng trứng và cho vào tủ lạnh, đậy nắp, trong 30 phút hoặc tối đa 24 giờ.

Dinh dưỡng (trên 100 gram): 147 calo 11 g chất béo 6 g carbs 9 g protein 736 mg natri

Bánh quy La Mancha

Thời gian chuẩn bị: 1 giờ 15 phút
thời gian để nấu ăn: 15 phút
Khẩu phần: 20
Độ khó: Khó

Thành phần:

- 4 muỗng canh bơ, ở nhiệt độ phòng
- 1 chén phô mai Manchego bào mịn
- 1 chén bột hạnh nhân
- 1 muỗng cà phê muối, chia
- ¼ thìa cà phê tiêu đen mới xay
- 1 trứng lớn

tiêu đề:

Sử dụng máy trộn điện, đánh bơ và phô mai bào cho đến khi kết hợp tốt. Trộn bột hạnh nhân với ½ muỗng cà phê muối và hạt tiêu. Dần dần thêm hỗn hợp bột hạnh nhân vào phô mai, khuấy liên tục cho đến khi bột tạo thành một quả bóng.

Trải một miếng giấy da hoặc bọc nhựa và cuộn thành một khúc gỗ hình trụ dày khoảng 1,5 inch. Đóng chặt và đóng băng trong ít nhất 1 giờ. Làm nóng lò ở nhiệt độ 350° F. Lót khay nướng số 2 bằng giấy da hoặc khay nướng silicon.

Để chuẩn bị đánh trứng, trộn trứng và ½ muỗng cà phê muối còn lại. Cắt bột đã ướp lạnh thành những lát nhỏ, dày khoảng ¼ inch và đặt lên khay nướng đã lót sẵn giấy nướng.

Phết trứng lên mặt trên của bánh quy và nướng cho đến khi bánh quy có màu vàng nâu và giòn. Đặt trên giá dây để nguội.

Phục vụ ấm hoặc, nếu nguội hoàn toàn, bảo quản trong hộp kín trong tủ lạnh tối đa 1 tuần.

Dinh dưỡng (trên 100 gram): 243 calo 23 g chất béo 1 g carbs 8 g protein 804 mg natri

Ngăn xếp Burrata Caprese

Thời gian chuẩn bị: 5 phút.

thời gian để nấu ăn: 0 phút

Khẩu phần: 4

Độ khó: Dễ

Thành phần:

- 1 quả cà chua hữu cơ lớn, tốt nhất là loại gia truyền
- ½ muỗng cà phê muối
- ¼ thìa cà phê tiêu đen mới xay
- 1 quả bóng (4 ounces) phô mai burrata
- 8 lá húng quế tươi thái mỏng
- 2 muỗng canh dầu ô liu nguyên chất
- 1 muỗng canh rượu vang đỏ hoặc giấm balsamic

tiêu đề:

Cắt cà chua thành 4 lát dày, loại bỏ lõi khỏi lõi cứng và rắc muối và hạt tiêu. Đặt cà chua lên đĩa với mặt đã ướp gia vị lên trên. Trên một đĩa có viền riêng, cắt burrata thành 4 lát dày và đặt một lát lên trên mỗi lát cà chua. Cho một phần tư húng quế lên trên mỗi loại và múc kem burrata dành riêng từ đĩa có viền.

Rưới dầu ô liu và giấm, sau đó dùng nĩa và dao.

Dinh dưỡng (trên 100 gram): 153 calo 13 g chất béo 1 g carbs 7 g protein 633 mg natri

Bí ngòi chiên Ricotta với Aioli chanh tỏi

Thời gian chuẩn bị: 10 phút cộng 20 phút nghỉ
thời gian để nấu ăn: 25 phút
Khẩu phần: 4
Độ khó: Khó

Thành phần:

- 1 quả bí ngòi lớn hoặc 2 quả nhỏ/vừa
- 1 muỗng cà phê muối, chia
- ½ chén phô mai ricotta sữa nguyên chất
- 2 củ hành lá
- 1 trứng lớn
- 2 tép tỏi thái nhỏ
- 2 muỗng canh bạc hà tươi băm nhỏ (tùy chọn)
- 2 muỗng cà phê vỏ chanh
- ¼ thìa cà phê tiêu đen mới xay
- ½ chén bột hạnh nhân
- 1 muỗng cà phê bột nở
- 8 muỗng canh dầu ô liu nguyên chất
- 8 muỗng canh aioli tỏi nướng hoặc dầu bơ sốt mayonnaise

tiêu đề:

Đặt zucchini bào vào một cái chao hoặc trên một vài lớp khăn giấy. Rắc ½ muỗng cà phê muối và để yên trong 10 phút. Sử dụng một lớp khăn giấy khác, ấn bí xanh để giải phóng độ ẩm dư thừa và lau khô. Cho bí ngòi đã ráo nước, ricotta, hành lá, trứng, tỏi, bạc hà (nếu dùng), vỏ chanh, ½ thìa cà phê muối và tiêu còn lại vào xào cùng.

Trộn bột hạnh nhân và bột nở cho đến khi sủi bọt. Thêm hỗn hợp bột vào hỗn hợp zucchini và để yên trong 10 phút. Chiên các món rán trong chảo lớn, làm bốn mẻ. Đối với mỗi mẻ bốn người, đun nóng 2 muỗng canh dầu ô liu trên lửa vừa và cao. Thêm 1 muỗng canh bột zucchini đầy vào mỗi quả trứng bác và ấn xuống bằng mặt sau của thìa để tạo thành một quả trứng bác 2 đến 3 inch. Đậy nắp và nướng trong 2 phút trước khi quay. Nướng thêm 2-3 phút nữa, đậy nắp hoặc cho đến khi giòn, có màu vàng nâu và chín đều. Bạn có thể cần giảm nhiệt xuống mức trung bình để tránh bị cháy. Lấy ra khỏi chảo và giữ ấm.

Lặp lại cho ba đợt còn lại, sử dụng 2 muỗng canh dầu ô liu cho mỗi đợt. Dọn món rán nóng với aioli.

Dinh dưỡng (trên 100 gram): 448 calo 42 g chất béo 2 g carbs 8 g protein 744 mg natri

Dưa chuột nhồi cá hồi

Thời gian chuẩn bị: 10 phút.
thời gian để nấu ăn: 0 phút
Khẩu phần: 4
Độ khó: Dễ

Thành phần:

- 2 quả dưa chuột lớn, gọt vỏ
- 1 lon (4 oz.) cá hồi mắt đỏ
- 1 quả bơ vừa rất chín
- 1 muỗng canh dầu ô liu nguyên chất
- Vỏ và nước cốt của 1 quả chanh
- 3 muỗng canh rau mùi tươi xắt nhỏ
- ½ muỗng cà phê muối
- ¼ thìa cà phê tiêu đen mới xay

tiêu đề:

Cắt dưa chuột thành lát dày 1 inch và dùng thìa để nạo hạt ở giữa mỗi lát và đặt lên đĩa. Trong một bát vừa, kết hợp cá hồi, bơ, dầu ô liu, vỏ chanh và nước trái cây, rau mùi, muối và hạt tiêu và trộn đều cho đến khi có dạng kem.

Cho hỗn hợp cá hồi vào giữa từng phần dưa chuột và dùng lạnh.

Dinh dưỡng (trên 100 gram): 159 calo 11 g chất béo 3 g carbs 9 g protein 739 mg natri

Pate dê và pate cá thu

Thời gian chuẩn bị: 10 phút.

thời gian để nấu ăn: 0 phút

Khẩu phần: 4

Độ khó: Dễ

Thành phần:

- 4 oz cá thu hoang dã bọc trong dầu ô liu
- 2 ounce phô mai dê
- Vỏ và nước cốt của 1 quả chanh
- 2 muỗng canh mùi tây tươi xắt nhỏ
- 2 muỗng canh arugula tươi xắt nhỏ
- 1 muỗng canh dầu ô liu nguyên chất
- 2 muỗng cà phê bạch hoa xắt nhỏ
- 1-2 muỗng cà phê cải ngựa tươi (tùy chọn)
- Bánh quy giòn, dưa chuột thái lát, rau diếp hoặc cần tây, để phục vụ (tùy chọn)

tiêu đề:

Trong máy xay thực phẩm, máy xay sinh tố hoặc bát lớn, kết hợp cá thu, pho mát dê, vỏ chanh và nước trái cây, rau mùi tây, rau arugula, dầu ô liu, bạch hoa và cải ngựa (nếu sử dụng). Xử lý hoặc trộn cho đến khi mịn và kem.

Ăn kèm với bánh quy giòn, lát dưa chuột, rau diếp hoặc cần tây. Bảo quản trong tủ lạnh trong tối đa 1 tuần.

Dinh dưỡng (trên 100 gram): 118 calo 8 g chất béo 6 g carbs 9 g protein 639 mg natri

Hương vị của bom béo Địa Trung Hải

Thời gian chuẩn bị: 4 giờ 15 phút
thời gian để nấu ăn: 0 phút
Khẩu phần: 6
Độ khó: **trung bình**

Thành phần:

- 1 chén phô mai dê vụn
- 4 muỗng canh pesto đóng hộp
- 12 quả ô liu Kalamata, xắt nhỏ
- ½ chén quả óc chó thái nhỏ
- 1 muỗng canh hương thảo tươi băm nhỏ

tiêu đề:

Trong một bát vừa, trộn phô mai dê, sốt pesto và ô liu, sau đó dùng nĩa trộn đều. Đóng băng trong 4 giờ để cứng lại.

Dùng tay nặn hỗn hợp thành 6 viên tròn có đường kính khoảng ¾ inch. Hỗn hợp sẽ dính.

Đặt quả óc chó và hương thảo vào một cái bát nhỏ và cuộn những viên phô mai dê trong hỗn hợp quả óc chó để phủ lên. Bảo quản bom béo trong tủ lạnh tối đa 1 tuần hoặc trong ngăn đá tối đa 1 tháng.

Dinh dưỡng (trên 100 gram): 166 calo 15 g chất béo 1 g carbs 5 g protein 736 mg natri

Gazpacho bơ

Thời gian chuẩn bị: 15 phút.

thời gian để nấu ăn: 10 phút

Khẩu phần: 4

Độ khó: Dễ

Thành phần:

- 2 chén cà chua xắt nhỏ
- 2 quả bơ chín lớn, cắt đôi và rỗ
- 1 quả dưa chuột lớn, gọt vỏ và bỏ lõi
- 1 quả ớt chuông vừa (đỏ, cam hoặc vàng), thái nhỏ
- 1 cốc sữa chua Hy Lạp nguyên chất
- ¼ chén dầu ô liu nguyên chất
- ¼ chén rau mùi tươi xắt nhỏ
- ¼ chén hành lá xắt nhỏ, chỉ phần xanh
- 2 muỗng canh giấm rượu vang đỏ
- Nước ép của 2 quả chanh hoặc 1 quả chanh
- ½ đến 1 thìa cà phê muối
- ¼ thìa cà phê tiêu đen mới xay

tiêu đề:

Sử dụng máy xay sinh tố, kết hợp cà chua, bơ, dưa chuột, ớt chuông, sữa chua, dầu ô liu, rau mùi, hành lá, giấm và nước cốt chanh. Trộn cho đến khi mịn.

Nêm và khuấy để kết hợp các hương vị. Phục vụ lạnh.

Dinh dưỡng (trên 100 gram): 392 calo 32 g chất béo 9 g carbs 6 g protein 694 mg natri

Chén salad bánh đa cua

Thời gian chuẩn bị: 35 phút.

thời gian để nấu ăn: 20 phút

Khẩu phần: 4

Độ khó: trung bình

Thành phần:

- 1 ký cua khổng lồ
- 1 trứng lớn
- 6 muỗng canh aioli tỏi nướng
- 2 muỗng canh mù tạt Dijon
- ½ chén bột hạnh nhân
- ¼ chén hành tím xắt nhỏ
- 2 muỗng cà phê ớt bột hun khói
- 1 muỗng cà phê muối cần tây
- 1 muỗng cà phê bột tỏi
- 1 muỗng cà phê thì là khô (tùy chọn)
- ½ muỗng cà phê tiêu đen mới xay
- ¼ chén dầu ô liu nguyên chất
- 4 lá rau diếp Bibb lớn, loại bỏ gai dày

tiêu đề:

Đặt thịt cua vào một cái bát lớn và loại bỏ bất kỳ phần vỏ nào có thể nhìn thấy được, sau đó dùng nĩa tách thịt ra. Trong một bát nhỏ, trộn trứng, 2 thìa aioli và mù tạt Dijon. Thêm vào thịt cua và trộn bằng nĩa. Cho bột hạnh nhân, hành tím, ớt bột, muối cần tây, bột tỏi, thì là (nếu dùng), tiêu vào trộn đều. Để yên ở nhiệt độ phòng trong 10-15 phút.

Nặn thành 8 chiếc bánh nhỏ, đường kính khoảng 2 inch. Đun nóng dầu ô liu trên lửa vừa cao. Nướng bánh cho đến khi vàng nâu, 2-3 phút mỗi bên. Đậy nắp, giảm nhiệt xuống mức thấp và nấu thêm 6-8 phút nữa hoặc cho đến khi đặt ở giữa. Lấy ra khỏi chảo.

Để phục vụ, gói 2 bánh cua nhỏ trong mỗi lá rau diếp và phủ 1 muỗng canh aioli lên trên.

Dinh dưỡng (trên 100 gram): 344 calo 24 g chất béo 2 g carbs 24 g protein 804 mg natri

Bao bì salad gà màu cam Tarragon

Thời gian chuẩn bị: 15 phút.

thời gian để nấu ăn: 0 phút

Khẩu phần: 4

Độ khó: Dễ

Thành phần:

- ½ cốc sữa chua Hy Lạp nguyên chất
- 2 muỗng canh mù tạt Dijon
- 2 muỗng canh dầu ô liu nguyên chất
- 2 muỗng canh tarragon tươi
- ½ muỗng cà phê muối
- ¼ thìa cà phê tiêu đen mới xay
- 2 chén thịt gà xé nấu chín
- ½ chén hạnh nhân xắt nhỏ
- 4-8 lá rau diếp Bibb lớn, bỏ cuống
- 2 quả bơ chín nhỏ, gọt vỏ và thái lát mỏng
- 1 clementine hoặc vỏ của ½ quả cam nhỏ (khoảng 1 muỗng canh)

tiêu đề:

Trong một bát vừa, kết hợp sữa chua, mù tạt, dầu ô liu, ngải giấm, vỏ cam, muối và hạt tiêu và trộn cho đến khi có dạng kem. Thêm ức gà xé nhỏ và hạnh nhân và áo khoác.

Để gói lại, cho khoảng ½ chén hỗn hợp salad gà vào giữa mỗi lá rau diếp và xếp các lát bơ lên trên.

Dinh dưỡng (trên 100 gram): 440 calo 32 g chất béo 8 g carbs 26 g protein 607 mg natri

Nấm nhồi phô mai feta và hạt diêm mạch

Thời gian chuẩn bị: 5 phút.

thời gian để nấu ăn: 8 phút

Khẩu phần: 6

Độ khó: trung bình

Thành phần:

- 2 muỗng canh ớt chuông đỏ thái nhỏ
- 1 nhánh tỏi băm
- ¼ chén quinoa nấu chín
- 1/8 muỗng cà phê muối
- ¼ muỗng cà phê oregano khô
- 24 cây nấm, bỏ cuống
- 2 ounce phô mai feta vỡ vụn
- 3 muỗng canh bánh mì ngũ cốc nguyên hạt
- xịt dầu ô liu để nấu ăn

tiêu đề:

Làm nóng lò ở 360°F. Trong một bát nhỏ, kết hợp ớt bột, tỏi, quinoa, muối và lá oregano. Đổ phần nhân quinoa vào mũ nấm cho đến khi đầy. Thêm một miếng phô mai feta nhỏ lên trên mỗi cây nấm. Rắc một nhúm vụn bánh mì lên feta trên mỗi cây nấm.

Lót bình xịt nấu ăn vào giỏ nồi chiên không khí, sau đó cẩn thận đặt nấm vào giỏ, đảm bảo chúng không chạm vào nhau.

Đặt giỏ vào lò nướng và nướng trong 8 phút. Lấy ra khỏi lò và phục vụ.

Dinh dưỡng (trên 100 gram): 97 calo 4 g chất béo 11 g carbs 7 g protein 677 mg natri

Falafel năm thành phần sốt sữa chua tỏi

Thời gian chuẩn bị: 5 phút.

thời gian để nấu ăn: 15 phút

Khẩu phần: 4

Độ khó: Khó

Thành phần:

- <u>cho chim ưng</u>
- 1 lon (15 oz.) đậu xanh, để ráo nước và rửa sạch
- ½ chén mùi tây tươi
- 2 tép tỏi, thái nhỏ
- ½ muỗng canh thì là
- 1 muỗng canh bột mì
- Muối
- <u>Đối với nước sốt tỏi và sữa chua</u>
- 1 cốc sữa chua Hy Lạp tự nhiên không béo
- 1 nhánh tỏi băm
- 1 muỗng canh thì là tươi xắt nhỏ
- 2 thìa nước cốt chanh

tiêu đề:

Để làm món falafel

Làm nóng lò ở 360°F. Cho đậu gà vào máy xay thực phẩm. Xay cho đến khi gần như xay nhuyễn, sau đó thêm rau mùi tây, tỏi và thì là và nấu thêm một phút nữa cho đến khi các nguyên liệu tạo thành hỗn hợp sệt.

Thêm bột mì. Xung một vài lần nữa cho đến khi kết hợp. Nó sẽ có độ đặc của mì ống, nhưng đậu xanh cần được chia thành từng miếng nhỏ. Dùng tay sạch, vo bột thành 8 viên có kích thước bằng nhau, sau đó gõ nhẹ các viên bột xuống để chúng trở thành những chiếc đĩa có độ dày vừa phải.

Lót bình xịt nấu ăn vào giỏ nồi chiên không khí, sau đó đặt các miếng chả falafel vào trong một lớp duy nhất, đảm bảo chúng không chạm vào nhau. Nướng trong lò trong 15 phút.

Chuẩn bị sốt tỏi và sữa chua

Trộn sữa chua, tỏi, thì là và nước cốt chanh. Khi món falafel đã sẵn sàng và có màu vàng đều các mặt, lấy ra khỏi lò và nêm muối. Dọn nước chấm ra đĩa khi còn nóng.

Dinh dưỡng (trên 100 gram): 151 calo 2 g chất béo 10 g carbs 12 g protein 698 mg natri

Tôm chanh với dầu ô liu tỏi

Thời gian chuẩn bị: 5 phút
thời gian để nấu ăn: 6 phút
Khẩu phần: 4
Độ khó: trung bình

Thành phần:

- 1 pound tôm vừa, làm sạch và bỏ chỉ
- ¼ chén cộng với 2 muỗng canh dầu ô liu, chia
- Nước cốt của ½ quả chanh
- 3 tép tỏi, băm nhỏ và chia
- ½ muỗng cà phê muối
- ¼ muỗng cà phê hạt tiêu đỏ
- Lát chanh, để phục vụ (tùy chọn)
- Sốt Marinara, để chấm (không bắt buộc)

tiêu đề:

Làm nóng lò ở 380°F. Cho tôm vào với 2 muỗng canh dầu ô liu, nước cốt chanh, 1/3 tỏi băm nhỏ, muối và ớt đỏ rồi đậy nắp kỹ.

Trong một cái chảo nhỏ, kết hợp ¼ chén dầu ô liu còn lại và tỏi băm nhỏ còn lại. Xé một tờ giấy nhôm 12" x 12" (30 x 30 cm). Đặt tôm vào giữa giấy bạc, sau đó gấp các cạnh lại và gấp các mép lại để tạo thành một chiếc bát giấy bạc có lỗ hở ở trên cùng. Đặt gói này vào giỏ nướng.

Nướng tôm trong 4 phút, sau đó mở nồi chiên và đặt ramekins dầu và tỏi vào rổ bên cạnh gói tôm. Nấu thêm 2 phút nữa. Cho tôm ra đĩa hoặc đĩa có dầu ô liu tỏi để chấm. Nếu muốn, nó cũng có thể được phục vụ với chanh và nước sốt marinara.

Dinh dưỡng (trên 100 gram): 264 calo 21 g chất béo 10 g carbs 16 g protein 473 mg natri

Đậu xanh chiên giòn sốt sữa chua chanh dây

Thời gian chuẩn bị: 5 phút.
thời gian để nấu ăn: 5 phút
Khẩu phần: 4
Độ khó: trung bình

Thành phần:

- <u>Đối với đậu xanh</u>
- 1 quả trứng
- 2 muỗng canh nước
- 1 muỗng canh bột mì
- ¼ muỗng cà phê ớt bột
- ½ muỗng cà phê bột tỏi
- ½ muỗng cà phê muối
- ¼ chén vụn bánh mì nguyên hạt
- ½ pound đậu xanh nguyên hạt
- <u>Đối với sốt chanh và sữa chua</u>
- ½ cốc sữa chua Hy Lạp nguyên chất không béo
- 1 thìa nước cốt chanh
- ¼ muỗng cà phê muối
- 1/8 muỗng cà phê ớt cayenne

Tiêu đề:

Để chuẩn bị đậu xanh

Làm nóng lò ở 380°F.

Trong một bát nông vừa, đánh trứng và nước cho đến khi sủi bọt.

Trong một bát nông vừa khác, trộn đều bột mì, ớt bột, bột tỏi và muối, sau đó cho vụn bánh mì vào khuấy đều.

Phủ đáy lò bằng bình xịt nấu ăn. Nhúng từng viên đậu xanh vào hỗn hợp trứng, sau đó nhúng vào hỗn hợp vụn bánh mì, phủ một lớp vụn bánh mì bên ngoài. Đặt đậu xanh thành một lớp ở dưới cùng của giỏ nồi chiên không dầu.

Nướng trong lò 5 phút hoặc cho đến khi vụn bánh mì có màu vàng nâu.

Để làm sốt sữa chua chanh

Khuấy sữa chua, nước cốt chanh, muối và ớt cayenne. Phục vụ khoai tây chiên với đậu xanh và sữa chua chanh như một món ăn nhẹ hoặc món khai vị.

Dinh dưỡng (trên 100 gram): 88 calo 2 g chất béo 10 g carbs 7 g protein 697 mg natri

Chip pita muối biển tự làm

Thời gian chuẩn bị: 2 phút.

thời gian để nấu ăn: 8 phút

Khẩu phần: 2

Độ khó: Dễ

Thành phần:

- 2 pitas lúa mì
- 1 muỗng canh dầu ô liu
- ½ muỗng cà phê muối kosher

tiêu đề

Làm nóng trước nồi chiên ở nhiệt độ 360°F. Cắt mỗi pita thành 8 lát. Trong một bát vừa, trộn các lát pita, dầu ô liu và muối cho đến khi các lát được phủ đều và dầu ô liu và muối được phân bố đều.

Sắp xếp các lát pita thành một lớp đều trong giỏ nồi chiên không khí và nướng trong 6-8 phút.

Nêm thêm muối cho vừa ăn. Phục vụ một mình hoặc với nước sốt yêu thích của bạn.

Dinh dưỡng (trên 100 gram): 230 calo 8 g chất béo 11 g carbs 6 g protein 810 mg natri

Spanakopita chiên nhúng

Thời gian chuẩn bị: 10 phút.

thời gian để nấu ăn: 15 phút

Khẩu phần: 2

Độ khó: trung bình

Thành phần:

- xịt dầu ô liu để nấu ăn
- 3 muỗng canh dầu ô liu, chia
- 2 muỗng canh hành trắng thái nhỏ
- 2 tép tỏi, thái nhỏ
- 4 chén rau bina tươi
- 4 ounce pho mát kem, làm mềm
- 4 ounce phô mai feta, chia
- Vỏ của 1 quả chanh
- ¼ muỗng cà phê hạt nhục đậu khấu
- 1 muỗng cà phê thì là khô
- ½ muỗng cà phê muối
- Pita chip, que cà rốt hoặc bánh mì cắt lát để phục vụ (tùy chọn)

tiêu đề:

Làm nóng trước nồi chiên ở nhiệt độ 360°F. Phủ bên trong chảo 6 inch bằng bình xịt nấu ăn.

Đun nóng 1 muỗng canh dầu ô liu trong chảo lớn trên lửa vừa. Thêm hành tây và nấu trong 1 phút. Thêm tỏi và nấu, khuấy đều, thêm 1 phút nữa.

Giảm nhiệt và khuấy trong rau bina và nước. Nấu cho đến khi rau bina mềm. Lấy chảo ra khỏi bếp. Trong một bát vừa, kết hợp pho mát kem, 2 ounces feta và dầu ô liu còn lại, vỏ chanh, nhục đậu khấu, thì là và muối. Trộn cho đến khi kết hợp.

Thêm rau vào đế phô mai và trộn. Đổ hỗn hợp nước sốt vào chảo đã chuẩn bị và phủ 2 ounce phô mai feta còn lại lên trên.

Cho nước sốt vào giỏ nồi chiên không khí và nấu trong 10 phút hoặc cho đến khi nước sốt nóng và sủi bọt. Ăn kèm với khoai tây chiên, cà rốt hoặc bánh mì cắt lát.

Dinh dưỡng (trên 100 gram): 550 calo 52 g chất béo 21 g carbs 14 g protein 723 mg natri

Ngọc trai nướng mỡ hành

Thời gian chuẩn bị: 5 phút.

thời gian để nấu ăn: 12 phút cộng 1 giờ để hạ nhiệt

Khẩu phần: 4

Độ khó: trung bình

Thành phần:

- 2 chén hành tây bóc vỏ
- 3 tép tỏi
- 3 muỗng canh dầu ô liu, chia
- ½ muỗng cà phê muối
- 1 cốc sữa chua Hy Lạp tự nhiên không béo
- 1 thìa nước cốt chanh
- ¼ muỗng cà phê tiêu đen
- 1/8 muỗng cà phê hạt tiêu đỏ
- Pita chip, rau hoặc bánh mì nướng để phục vụ (tùy chọn)

tiêu đề:

Làm nóng lò ở 360°F. Trong một bát lớn, phi hành tây và tỏi với 2 muỗng canh dầu ô liu cho đến khi hành tây được phủ đều.

Đổ hỗn hợp tỏi và hành tây vào giỏ nồi chiên không khí và nướng trong 12 phút. Cho tỏi và hành tây vào máy xay thực phẩm. Xoay rau nhiều lần cho đến khi hành tây được cắt nhỏ, nhưng vẫn còn một số miếng.

Thêm tỏi và hành tây và muỗng canh dầu ô liu còn lại, cũng như muối, sữa chua, nước cốt chanh, hạt tiêu đen và hạt tiêu đỏ. Để nguội trong 1 giờ trước khi dùng với khoai tây chiên, rau hoặc bánh mì nướng.

Dinh dưỡng (trên 100 gram): 150 calo 10 g chất béo 6 g carbs 7 g protein 693 mg natri

sốt ớt đỏ

Thời gian chuẩn bị: 5 phút.

thời gian để nấu ăn: 5 phút

Khẩu phần: 4

Độ khó: trung bình

Thành phần:

- 1 quả ớt chuông đỏ lớn
- 2 muỗng canh cộng với 1 muỗng cà phê dầu ô liu
- ½ chén ô liu Kalamata, bỏ hạt và thái nhỏ
- 1 nhánh tỏi băm
- ½ muỗng cà phê oregano khô
- 1 thìa nước cốt chanh

tiêu đề:

Làm nóng lò ở 380°F. Chải bên ngoài quả ớt chuông đỏ nguyên quả với 1 thìa cà phê dầu ô liu và đặt vào giỏ nồi chiên không dầu. Nướng trong 5 phút. Trong khi đó, trong một bát vừa, trộn 2 muỗng canh dầu ô liu còn lại với ô liu, tỏi, lá oregano và nước cốt chanh.

Lấy ớt chuông đỏ ra khỏi lò, sau đó cẩn thận cắt bỏ cuống và loại bỏ hạt. Cắt ớt chuông nướng thành miếng nhỏ.

Thêm ớt chuông đỏ vào hỗn hợp ô liu và trộn cho đến khi kết hợp. Ăn kèm với khoai tây chiên, bánh quy giòn hoặc bánh mì giòn.

Dinh dưỡng (trên 100 gram): 104 calo 10 g chất béo 9 g carbohydrate 1 g protein 644 mg natri

Vỏ khoai tây kiểu Hy Lạp với ô liu và phô mai feta

Thời gian chuẩn bị: 5 phút.
thời gian để nấu ăn: 45 phút
Khẩu phần: 4
Độ khó: Khó

Thành phần:

- 2 củ khoai tây gỉ
- 3 muỗng canh dầu ô liu
- 1 muỗng cà phê muối kosher, chia
- ¼ muỗng cà phê tiêu đen
- 2 muỗng canh rau mùi tươi
- ¼ chén ô liu Kalamata, thái hạt lựu
- ¼ chén phô mai feta, vụn
- mùi tây tươi xắt nhỏ, để trang trí (tùy chọn)

tiêu đề:

Làm nóng lò ở 380°F. Dùng nĩa chọc 2-3 lỗ trên củ khoai tây, sau đó phết khoảng ½ thìa dầu ô liu và ½ thìa muối.

Đặt khoai tây vào giỏ nồi chiên không khí và nướng trong 30 phút. Lấy khoai tây ra khỏi lò và cắt làm đôi. Dùng thìa cạo sạch phần thịt khoai tây, để lại một lớp khoai tây dày ½ inch trên vỏ và để sang một bên.

Trong một bát vừa, trộn nửa củ khoai tây với 2 thìa dầu ô liu còn lại, ½ thìa muối, tiêu đen và ngò. Trộn đều. Chia nhân khoai tây lên các vỏ khoai tây đã rỗng, dàn đều lên trên. Phủ lên trên mỗi củ khoai tây một thìa ô liu và phô mai feta.

Cho vỏ khoai tây đã nhồi đầy trở lại lò nướng và nướng trong 15 phút. Nếu muốn, hãy ăn kèm với rau mùi hoặc mùi tây xắt nhỏ và một ít dầu ô liu.

Dinh dưỡng (trên 100 gram): 270 calo 13 g chất béo 34 g carbs 5 g protein 672 mg natri

Atisô và bánh mì pita ô liu

Thời gian chuẩn bị: 5 phút.

thời gian để nấu ăn: 10 phút

Khẩu phần: 4

Độ khó: Dễ

Thành phần:

- 2 pitas lúa mì
- 2 muỗng canh dầu ô liu, chia
- 2 tép tỏi, thái nhỏ
- ¼ muỗng cà phê muối
- ½ chén tim atisô đóng hộp, thái lát
- ¼ chén ô liu Kalamata
- ¼ chén phô mai Parmesan nạo
- ¼ chén phô mai feta, vụn
- mùi tây tươi xắt nhỏ, để trang trí (tùy chọn)

tiêu đề:

Làm nóng lò ở 380°F. Chải mỗi pita với 1 muỗng canh dầu ô liu, sau đó rắc tỏi băm nhỏ và muối.

Chia đều trái tim atisô, ô liu và phô mai giữa hai bánh pita và nướng cả hai trong lò không khí trong 10 phút. Trước khi phục vụ, loại bỏ pita và cắt thành 4 miếng. Nếu muốn, rắc mùi tây lên trên.

Dinh dưỡng (trên 100 gram): 243 calo 15 g chất béo 10 g carbs 7 g protein 644 mg natri

Milton Keynes UK
Ingram Content Group UK Ltd.
UKHW021832031123
431812UK00014B/450